இலக்கிய கதம்பமாலை

முனைவர் **M. இசக்கியப்பன்,**
M.A., M.Phil., Ph.D.

சங்கர் பதிப்பகம்

15 / 21, டீச்சர்ஸ் கில்டு காலனி, 2-வது தெரு,
இராஜாஜி நகர் விரிவு,
வில்லிவாக்கம், சென்னை - 600 049.
தொலைபேசி: 044-26502086, 9444191256
email: shankar_pathippagam@yahoo.com
wef: www shankarpathippagam.in & www bookthagam.com

நூல் விவரப் பட்டியல்

நூலின் பெயர்	:	இலக்கிய கதம்பமாலை
ஆசிரியர்	:	முனைவர் M. இசக்கியப்பன், M.A., M.Phil., Ph.D.
நூல் வகை	:	இலக்கியம்
பதிப்பு ஆண்டு	:	முதல் பதிப்பு - 2018
நூல் அளவு	:	டெம்மி
பக்கங்கள்	:	112
பைண்டிங்	:	சாதாரண அட்டை
வெளியீடு	:	சங்கர் பதிப்பகம் 15/21, டீச்சர்ஸ் கில்டு காலனி, 2-வது தெரு, இராஜாஜி நகர் விரிவு, வில்லிவாக்கம், சென்னை – 600 049. தொலைபேசி: 044 – 2650 2086
அச்சாக்கம் & மேலட்டை	:	பழனி & லதா, வில்லிவாக்கம்.
அச்சிட்டோர்	:	எம்.கே.கிராபிக்ஸ், சென்னை - 600 021. தொலைபேசி : 98408 28213

விலை: ரூ.110.00

பதிப்புரை

திருநெல்வேலி, மனோன்மணீயம் சுந்தரனார் பல்கலைக்கழகக் கல்லூரியில் உதவிப் பேராசிரியராகப் பணியாற்றி வரும் முனைவர் இசக்கியப்பன் அவர்கள் தொடுத்த இலக்கிய மாலையே இந்நூல்.

இலக்கியம், சமயம், அரசியல் என அனைத்துத் துறைகளையும் ஆராய்ந்து தொகுக்கப் பெற்றமையால் இந்நூலுக்கு 'இலக்கிய கதம்ப மாலை' எனப் பெயர் சூட்டினோம்.

21 தலைப்புகளில் 3,4 பக்கங்களில் ஒவ்வொரு கட்டுரையையும் ஆழமாக ஆராய்ந்து தேனில் 'ஊறவைத்த பலாச்சுளை போல' இனிமையும் அழகும் கலந்து அனைவரும் ரசித்து, ருசித்துப் படிக்கும் வண்ணம் தீட்டியுள்ளார்.

'கவிஞன் தான் அனுபவித்த ஓர் உணர்ச்சியைப் பிறரும் பெறவே கவிதை புனைகிறான்' என்ற கூற்றுக்கேற்ப தான் படித்த சிறந்த செய்திகளைத் தொகுத்து சிறு கட்டுரைவடிவல் நூலாசிரியர் அளித்துள்ளார். தமிழன்பர்கள் இந்நூலினை வாங்கிப் படித்து இலக்கியத் தேனைப் பருக வேண்டுகிறோம்.

- பதிப்பாளர்

அணிந்துரை

என் இனிய நண்பர் முனைவர் எம். இசக்கியப்பன் அவர்கள் எழுதிய **இலக்கியக் கதம்பமாலை** நூலினைக் கண்டேன். நூலாசிரியர் எப்படி இனிமையும் எளிமையும் உடையவரோ அவரைப் போன்றே அவரது நூலும் அமைந்துள்ளதில் வியப்புக்கு இடமில்லை.

மனோன்மணீயம் வழங்கிய சுந்தரனாரின் மனோன்மணீயம் நூலின் உட்கதையாக இடம் பெற்ற சிவகாமியின் சரிதம் பகுதியை ஆய்ந்து அதன் சிறப்பினை விளக்கியதுடன் அதில் இடம் பெற்றுள்ள அணிநயத்தினை விளக்கியுள்ள பாங்கு பெரிதும் பாராட்டுக்குரியது.

திருக்குறள் இரண்டே வரிகளில் பெரிய கருத்துக்களை விளக்குவதைப் போல இந்நூலில் 2 / 3 பக்கங்களில் தமிழ்ப் பேரறிஞர்களின் கவிதை நயங்களை மிகவும் கூர்ந்து ஆராய்ந்து சாறாக வடித்துக் கொடுத்துள்ளார்.

கவிப் பேரரசு வைரமுத்துவின் கவிதைகளைக் குறிப்பிடும் நூலாசிரியர் அவரது கவிதையில் பணிக்குச் செல்லும் தாயானவள் தன் குழந்தையிடம் காட்டவேண்டிய பாசத்திற்கு நேரமின்மையினால் விடுமுறை நாளாம் ஞாயிற்றுக் கிழமைக்குத் தள்ளிப் போடுகிறாள் என்னும் கருத்தினை எடுத்துக் காட்டியிருப்பது கவிப்பேரரசு கவிதைகளில் ஆசிரியர் ஆழ்ந்து இதனை எடுத்துக்காட்டும் பாங்கு வெளிப்படுகின்றது.

பழமொழி பற்றிய ஆய்வுக் கட்டுரையில் பழமொழி என்பது முதுமொழி, முதுசொல் எனத் தொல்காப்பியம் கூறுவதனைச் சுட்டிக் காட்டுகின்றார்.

கவிதைகள் பற்றிய ஆய்வில் கலைஞரின் கவிதைகள் இடம் பெறாமல் இருந்தால் நூல் முழுமை பெறுமா? கலைஞர் கவிதைகளில் பெண்ணியம் பற்றிய ஆய்வும் இந்நூலில் உண்டு.

பிறந்தவீட்டை மறந்திடாமல் என்றும்
புகுந்தவீட்டு வளம் பெருக வாழ்வதுதான்
பெண்மணிக்குப் பெருமை

- கலைஞரின் கவிதை மழை

பெண்ணின் பெருமையைக் கூறும் கலைஞர் கைம்பெண்ணுக்கு இழைக்கப்படும் துரோகம் கண்டு அவர் பொங்கி எழும் வரிகளையும் சுட்டிக் காட்டுகின்றார்.

உன் மனைவி இறந்திட்டால் வேறுமணம் வேண்டுமென்பாய்
பின் நீசாவு முனை அடைந்திட்டால்
உன் மனையாளைக் காவு கொடுக்க வேண்டுமோ காதல்தனை

- கவிதை மழை

என்னும் வரிகளில் ஆணுக்கு ஒரு நீதி பெண்ணுக்கு ஒரு நீதியா என பொங்கி எழும் கலைஞர் ஆவேசத்தையும் பெண்ணின் மறுமணத்தையும் வலியுறுத்துவதையும் பதிவு செய்துள்ளார்.

காரைக்காலம்மையார், ஆளுடைய பிள்ளை, இளங்கோவடிகள், வள்ளலார், அறிஞர் அண்ணா, ஈரோடு தமிழன்பன், சுத்தமல்லி உமாஹரிகரன் கருத்துகளையும் ஆய்ந்து இந்நூலில் தந்துள்ளார்.

மேலும் பழமொழி, சிற்றிலக்கியம், பத்துப்பாட்டு, பெரியபுராணம், சிலப்பதிகாரம் பற்றிய ஆய்வும் இந்நூலில் உள்ளது.

இந்நூல் தமிழ்கூறும் நல்லுலகம் பெற்ற சிறந்த நூல்களுள் ஒன்று. இலக்கிய ஆர்வலர்களும் தமிழ் ஆய்வு மாணவர்களும் வாங்கிப் படித்துப் பயன் பெறவேண்டிய அருமையான நூலிது.

இந்நூலாசிரியரின் தொண்டினைப் பாராட்டுவதோடு இது போன்ற மேலும் பல நல்ல நூல்களை வழங்க வேண்டும் என்றும் கேட்டுக் கொள்கிறேன்.

டாக்டர் ப. பாலசுப்பிரமணியன்

பொருளடக்கம்

1. சிவகாமி சரிதத்தில் அணிநயம்

முன்னுரை:

பேராசிரியர் சுந்தரம்பிள்ளை நாஞ்சில் நாடு தந்த சிறந்த படைப்பாளிகளில் ஒருவர், தமிழ் நாடக உலகிற்கு மனோன்மணியம் என்னும் ஒப்புயர்வு அற்ற நாடகத்தைத் தந்து தமிழ் நாடக உலகிற்கு ஏற்றம் தந்தவர். இவரது மனோன்மணியம் நாடகத்தில் உட்கதையாக இடம் பெறுவது சிவகாமியின் சரிதமாகும். இச்சிவகாமி சரிதத்தில் இடம் பெறும் அணி நயங்களை இனங்காட்டுவதாக இக்கட்டுரை அமைகிறது.

சிவகாமி சரிதம்:

காட்டில் வழி தெரியாமல் செல்லும் இளம் துறவி முது துறவியின் உதவியை நாடுகிறார். முது துறவி இளந்துறவியைத் தன் வீட்டிற்கு அழைத்துச் செல்கின்றார். ஒரு பெண் இளந்துறவியின் உருவத்தில் வந்துள்ளாள் என்பதை முது துறவி அறிகின்றார். முது துறவியிடம் மன்னிப்பு வேண்டும் அப்பெண் துயருற்ற வாழ்க்கையினைக் கூறுகின்றாள். சிவகாமியோ தன் செல்வச் செருக்கால் தன்னை விரும்பிய மாமன் மகனைப் புறக்கணித்தேன். பொருளினை விரும்பித் தன்னை மணக்க விரும்பிய பிறரின் நிலையினையும் மாமன் மகனிடம் தான் கொண்டுள்ள அன்புணர்வினையும் காலம் கடந்து உணர்ந்தமையால் அவரைப் பல இடங்களிலும் தேடிக் களைத்தேன். அவரின்றி வாழ்தல் வீண் என்று தீக்குளிக்க முயன்றார். முது துறவியோ தன் வேடத்தினைக் கலைத்து சிவகாமி நான் உன்னுடைய சிதம்பரனே என்று கூற இருவரும் இணைந்தனர்.

அன்பு:

சிவகாமி முதலில் சிதம்பரனின் காதலைப் புரிந்து கொள்ளவில்லை. புரிந்த கொண்ட பிறகு சிதம்பரனைக் காணவில்லை. தேடி அலைகின்றாள். தேடியும் கிடைக்காமல் உயிர் விடத் துணிகிறாள்.

அணி:

பாடுபொருளைத் தெளிவுறுத்தவும், அழகுறுத்தவும் அணிகள் கையாளப்படுகின்றன. உவம அணி, உருவக அணி, தற்குறிப்பேற்றணி, சிலேடை அணி முதலியன காணப்படுகின்றன.

உவமை அணி:

முது துறவியின் வழிகாட்டுதலில் இளந்துறவி நடந்து செல்கின்றாள். முது துறவியின் பாதம் பற்றிச் செல்லும் இளந்துறவியின் நிலையினைப்,

> "பிரிவரிய ஊசிவழி பின் தொடரும்; நூல்போல்
> பேருயர்வின் மனமிறந்து பின்தொடரும் மைந்தன்" (சி.க.11:1)

உருவக அணி:

தனி நிலையிலும், நூல் முழுமையும் எனும் இரு நிலைகளில் சிவகாமி சரிதத்தில் உருவகிப்பு நிலை வருகின்றது. "முகமதி" என்பது தனிநிலை உருவகமாம். வெளிப்படையான கதையொன்று இயல, உள்ளீடாக உருவக நிலையமைந்த "சிறப்புருவக மாலையாகச்" சிவகாமி சரிதம் உள்ளது.

தற்குறிப்பேற்றவணி:

இயல்பாக நிகழும் நிகழ்வொன்றின் கவிஞன் தன் கற்பனையை ஏற்றிக் கூறும் தற்குறிப்பு நிலையும், சிவகாமி சரிதத்தில் உண்டு. அந்திப் பொழுதின் நிலையினை இரவின் இருளாட்சினைப் பற்றிப் பேசுகையில், விண்மீன்கள் ஒளிரும் நிலையினை,

> "அந்தரத்தே கண்சிமிட்டிச் சுந்தரதா ரகைகள்
> அரிய ரக சியந்தமக்குள் ளறைந்து நகை புரிய" (சி.ச.7:2)

சிலேடை அணி:

ஒரு சொல், ஒரு தொடர் போல்வன பல பொருள்கள் தரும் நிலையில் அமைவது சிலேடையாகும். சிவகாமி சரிதத்தில் தத்துவப்பொருள் சிலேடையாக வருகின்றது.

> "உன்டெனத்தும் யூகநெறி யுரைப்பவரே யல்லால்
> உள்ளபடி கண்டறிந்தோர் ஒருவரையும் காணேன்" (சி.ச.40:2)

முடிவுரை:

எனவே சிவகாமி சரிதம் அணி நயங்கள் அமையப் பெற்றுச் சிறப்புப் பெறுவதோடு, மனோன்மணிய நாடகத்திற்கு அழகும் சுவையும் தந்து, படிப்போரை ஈர்க்கச் செய்கின்றது எனலாம்.

துணை நூல்:

1. பி.ஸ்ரீ. 2001. மனோன்மணியம், நியூ செஞ்சுரி புக் ஹவுஸ், சென்னை.

2. கவிப்பேரரசு வைரமுத்து கவிதைகளில் உள்ளடக்கம்

முன்னுரை:

கவிஞர் வைரமுத்து சிந்தனைத் தெளிவு உடையவர். உள்ளடக்கத் தெளிவுதான் கலைக்கு உயிர் நாடி என்பதை அவர் நன்கறிவார். இவ்வுயிர் நாடிக்கு கலைவடிவம் தரும் போதுதான் பிற உள்ளங்களில் உள்ளடக்கம் ஒன்று சேரும். உள்ளடக்கத்தில் பல போக்குகள் உள்ளன. விவரங்களும் பல திறத்தன. அவற்றுள் மிகப் பெரிய போக்குகளைக் கொண்டது சாரம். ஒரு கவிதையைப் படித்ததும் அதன் சாராம்;;சம் என்ன என்பதை விளக்கும் போது அதுவே உள்ளடக்கமாக அமைகிறது. சமூக இயக்கத்தின் ஒரு போக்கு சாரம் ஆகும். அன்றாட நிகழ்வுகள் சாரம் ஆகலாம். சமூகத்தில் நீண்ட காலமாக இருந்து வரும் மரபுகள் மனித வாழ்வைக் கட்டுபடுத்தும் போது அவற்றை எதிர்த்துப் போராடுவதும் உள்ளடக்கமாக அமையலாம். அவற்றுள் சிலவற்றை வைரமுத்து கவிதைகள் வழிக் காண்பதே இதன் நோக்கம்.

உள்ளடக்கத்தின் வகைகள்:

உள்ளடக்கத்தை கவிஞர் பல வகைகளாகப் பிரித்துக் கூறுகின்றார். காதல் உள்ளடக்கம், அலுவல் மகளிர் சிக்கல், பெண்ணியம், வரதட்சணை, வறுமை, அரசியல் எனப் பல வகைகளாகப் பிரித்துக் கூறுகின்றார்

காதல் உள்ளடக்கம்:

சங்கப் பாக்களில் காதலை உள்ளடக்கமாகக் கொண்டவை அதிகம். இசைத் தமிழ்க் காதல் குறித்து ஆய்வு செய்த முனைவர் வ.சு. ப.மாணிக்கனார் கூறியுள்ளார். இவற்றைச்

சமூதாயத்தில் 'காதல்' ஒரு குறிப்பிட்ட இடத்தைப் பெறுவதால் கவிஞர் வைரமுத்து காதலை உள்ளடக்காகக் கொண்டு கவிதை புனைந்துள்ளார். பாரதி 'காதல் போயின் சாதல்' எனப் பாடினார். நாடகத்தில் காவியத்தில் காதலைப் போற்றும் மக்கள் நடப்பியலில் நடந்தால் வெறுக்கின்றனறே எனப் பாரதியார் கருத்துக் கூறியுள்ளார்

இயற்கையோடு புனைந்த காதல்:

வானவில்லை தண்ணீர் தூறலில் கண்டிருக்கலாம். அந்த வானவில் வர்ணங்களின் நிறப் பந்தத்தில் உள்ளது. தண்ணீர் தூறலில் கலையாத வானவில் தான் காதல். அக்காதல் மேகந்தான் மழை மன்னும் கரிமலையில் மழைபெய்து இன்ப நிலையை ஏற்படுத்தும்.

"வாலிபம் காந்தி பார்க்கும்
திருவோடும் இதுதான்
வாலிபம் ஆடிப் பார்க்கும்
கீரிடமும் இதுதான்"

என இளமையைக் காதலுடன் இணைத்துக் காண்கிறார்

காதலர்கள் கொல்லப்படுகின்றனர். காதல் சாகவில்லை. அனார்கலியின் நினைவு சாலமன் ராஜ அரண்மனையில் கல்லறை கூடமாயிற்று. தேவதாஸ் வாவு தீவில் கரையோரம் போய்ச் சேர்ந்ததால் அம்பிகாபதி அமராவதி காதல் வர்க்கப் போட்டியாய் அமைந்தது என எழுதும் பேனாவில் ரத்தம் மையாவதால் அப்பேனாவைப் பிணத்தின் கையில் கொடுத்து விடுங்கள்.

"போதும்!
காதலுக்கு
இரங்கற்பா எழுதுவோரே
உங்கள் பேனாவைப்
பால்கணக்கு எழுத மட்டுமே
பயன்படுத்துங்கள்"

எனக் காதலின் தன்மையை விளக்குகிறார்

பெண்ணியம்:

பெண்ணுரிமைப் போராட்டம் யாவும் பெண்ணீயத்துடன் அடங்கும் சரிநிகர் சமானமாய் வாழ்வோம் என்ற பாரதி வழிக் கவிஞர் வைரமுத்துவும் பெண்ணிய சீரழிவையும் சீற்றத்தையும் உணர்த்தும் முகமாகக் கவிதைகள் புனைந்துள்ளார். பெண்களின் விழிப்புணர்வு அவர்களது முன்னேற்றம் ஆகியவற்றை உள்ளடக்கமாகக் கொண்டு புதுக் கவிதைகள் படைத்துள்ளார்

“பெரு மூச்சு வெப்பநிலை
மூக்குத்தித் தங்கம்
இளகுதே
அதை சிந்திக்கிறாள்
இந்த வரதட்சணை வில்லை
வளைப்பது யார்?
ராமர்களுக்கு இந்து
ரத்தமில்லை
இனி நாமே படிப்பது நியாயம்
(இன்னொரு தேசிய கீதப் பாடல்)”

பூவாக இருந்தவள் புயலாக மாறும் உரிமைப் போராட்டம் விளக்கப்படுகிறது.

அலுவல் மகளிரின் சிக்கல்:

வீட்டில் சமையல் பணி, குடும்ப உறுப்பினர் தேவைகளைக் கவனிக்கும் பணி பின் தூங்கி முன் எழுந்தால் தான் இப்பணிகள் நிறைவேறும். வீட்டு வேலை முடிந்த பின் அலுவலகம் சென்று திரும்ப வேண்டும். இரட்டைச் சுமை அலுவல் மகளிர்க்குச் சிக்கலாக உள்ளது. பெற்றெடுத்த குழந்தைக்குப் பால் கொடுக்க நேரமில்லை.

“ஆயுத்தமாகும் அவசரத்தில்
ஊட்ட நினைத்த பால் கூட
உறைந்து விடுகிறது”

என அத்தாயின் நிலையைக் கவிஞர் கூறுகிறார். குழந்தையைக்

கொஞ்சவும் நேரமில்லை. விடுமுறை நாளான ஞாயிற்றுக் கிழமை மட்டுமே குழந்தையைத் தாய் பராமரிக்க இயலும். இதனைக் கவிஞர்;,

"அன்புக்கு நேரமில்லை
ஆதலால்
காட்ட வேண்டிய பாசத்தை
அவள்
ஞாயிற்றுக் கிழமைக்குத்
தள்ளிப் போடுகிறாள்"

முடிவுரை:

கவிப் பேரரசு தாம் கவிதைகளில் நிகழ்கால வாழ்வியல் சிக்கல்களைத் தாம் உணர்ந்தவாறு உள்ளடக்கமாக்கிப் பிறரையும் உணர வைக்கிறார். மகளிர் குறித்த சில உள்ளடக்கங்களை மட்டும் இன்னொரு தேசிய கீதம் எனும் தொகுப்பிலிருந்து இங்கு எடுத்துக் காட்டப் பெற்றுள்ளன. வரதட்சணை, முதிர்கன்னி, குழந்தை தொழிலாளர் எனப் பாடுபொருள்களை உள்ளடக்கமாக்கியுள்ளார். அவர்தம் கவிதைகள் முழுமையும் ஆராயின் மேலும் பல பாடுபொருள்கள் குறித்து அறியலாம்.

3. பேராசிரியரின் எளிய உரையில் புலப்பாட்டு நெறி

முன்னுரை

வடவேங்கடம் தென்குமரி ஆயிடைத் தமிழ்கூறும் நல்லுலகத்தில் என்றும் வாழும் தமிழ் இனிமை, வளமை, சீர்மை எனச் சிறப்புறப் பேசப் பெறுவதற்கு அதன் இலக்கண இலக்கியச் செழுமையே காரணம். உடன்பிறப்புக்களான எபிரேயம், கிரேக்கம், இலத்தீன், சீனம், சமஸ்கிருதம், ரோம மொழிகள் செம்மொழித் தகுதி முன்னரே பெற்றாலும் அண்மையில் செந்தமிழ் செம்மொழி எனும் தகுதி பெற்றுப் பாராட்டப் பெற்றது. ஓல்காப் பெரும்புகழ் தொல்காப்பியம் பழமையும் பெருமையும் உடைய இலக்கண நூல். பின்னர் எழுந்த இலக்கண நூல்களுக்கு வழிகாட்டி. தொல்காப்பியத்தை முதல் நூலாகக் கொண்டெழுந்த வழி நூலாம். நன்னூலுக்கு உரை எழுதியோர் ஐம்பது பேர்களுக்கும் மேலாம். எவ்வுரையிலும் காணலாகாப் பண்பு பேராசிரியர் முனைவர். சு. அழகேசனாரின் நன்னூல் எளிய உரையில் காணப்படுகிறது. எளிமை எனும் தனிப்பண்பு இந்நூலுரையில் நிறைந்து காணப்படுதலையும், இவ்வுரையின் புலப்பாட்டு நெறியையும் ஆய்வதாக இக்கட்டுரை அமைகின்றது.

புலப்பாட்டு நெறி:

> "கேட்டார்ப் பிணிக்கும் தகையவாய்க் கேளாரும்
> வேட்ப மொழிவதாம் சொல்" (குறள். 643)

எனுங்குறள் புலப்பாட்டு நெறியை விளக்கும். சொல்ல வந்த கருத்தைப் பிறர் மனம் கொள்ளும்படிப் பதிவு செய்ய வேண்டும். கேட்போரை இணங்க வைக்கும் வகையில் ஒரு குறியீட்டுக்

கருவியாக மொழியைப் பயன்படுத்தும் நெறி புலப்பாட்டு நெறி, கருத்துப் பரிமாற்றக் கருவியான மொழிகளைச் செப்பமுற இழைத்து ஒழுங்கு செய்து கொள்வதை விளக்கும் சுவையே புலப்பாட்டு நெறியாகும்.

உள்ளம் போல் தேர்வு:

குறியீட்டுக் கருவியாக மொழியைக் கையாளப் பேராசிரியர் அழகேசனார் கையாண்ட உத்தி எளிமையாகும். உரை வகை *14* எனினும் விரித்துரைப்பது விருத்தியுரை; விளக்கி உரைப்பது காண்டிகை உரை என உரைகளின் தன்மைகள் பலவேயாயினும் விளங்கா நிலையிருப்பின் உரைக்கு உரை தேவைப்படும். விரிவோ, விளக்கமோ, எளிமைபட இருப்பின் எவருக்கும் விளங்கும். அவ்வெளிமைப் பாதையைத் தேர்ந்தார் பல்கலைக் கழகப் பேராசான். உள்ளம் எளிமையாயின் நடையும் எளிமையாகும். வேம்பைக் கரும்பாக்க எளிமையைக் கருவியாக்கினார் அழகேசனார்.

போட்ட குடம்:

ஆசிரியர், ஆகாதவர்க்கு இலக்கணம் கூறவந்த நன்னூலார் நான்கு பொருட்களை உவமை ஆக்கியுள்ளார் (நூ.*31*). சுழற்குடம், மடற்பனை, பருத்திக் குண்டிகை, முடத்தெங்கு என்பன அவை. உவமைப் பொருட்களைப் பேராசிரியர் எவருக்கும் எளிதில் புரியும் வண்ணம் விளக்கியுள்ளார். முறைபிறழாது கற்பிப்பவன் ஆசிரியன். 'கழற்கால் போட்ட குடம்' என்று கூறும்போது எளிமை காணப்படுகிறது. ஏன் குடம் உவமை என்பதற்குக் காரணம் சுட்டுகிறார்

கொடுக்கும் - கொடுக்காது:

'பருத்திக் குடுக்கை நிலை' பற்றிய விளக்கம் பலர் தெளிவாகக் கூறாதிருக்க இவ்வுரையாசிரியர் தம் எளிமைக் குணத்தால் எளியநடை ஆக்கியுள்ளார். "பஞ்சை உள்ளே கொள்ளும்போது சிறிது சிறிதாக ஏற்று அப்பஞ்சைக் கொடுக்கும்போதுதான் பிறருக்கு எளிதில் கொடுக்காதது பருத்திக் குடுக்கையின் இயல்பாகும். கற்கும்போதும் பாடஞ் சொல்லும்போதும்,

பிறர்க்கு எளிதில் கற்றுக் கொடுக்காதவர் ஆசிரியர் ஆகார் எனவே பருத்திக் குண்டிகை அவருக்கு உவமையாயிற்று". (நூ.32 உரை)

"முடந்தெங்கை வளைந்த தென்னை மரம்" என எளிய சொல்வழி விளக்குகிறார். "நீர்பாய்ச்சல் போன்ற பலவகை உதவிகளும் செய்து தன்னை வழிபாடு செய்யாத பண்பு இல்லாத பிறருக்குத் தன் காய்களைத் தருவது வளர்ந்த தென்னை மரத்தின் இயல்பாகும்" (நூ.35 உரை) என முதலில் தென்னையின் இயல்பைக் கூறியபின் ஆசிரியர் நிலையைக் கூறுகிறார்

"பொருள் கொடுத்தல் முதலிய பலவகை உதவிகளையும் செய்யும் நல்ல மாணாக்கருக்குத் தாம் கற்ற கல்வியைத் தராமல் பிறருக்குக் கற்பிப்பவர்கள் ஆசிரியர்கள் ஆகாதவர்கள் ஆவர். ஆகவே இவர்களுக்கு முடத்தெங்கு உவமை ஆயிற்று" (நூ.36 உரை)

நல்ல மாணாக்கன் ஆசிரியரை வழிபடல் வேண்டும். தெய்வத்திற்குச் சமம் எழுத்தறிவித்தவன் இறைவனாவான் என்பதால் வழிபாடு கூறப்பட்டது.

"உற்றுழி உதவி உறுபொருள் கொடுத்துப்
பிற்றை நிலை முனியாது கற்றல் வேண்டும்"

என்று புறநானூற்றுக் கருத்துக்கு ஏற்ப, மாணாக்கர் பெரும்பொருள் கொடுத்துதான் ஆசிரியரிடம் கல்வி பெற வேண்டும். 'பலவகை உதவி' என்பதில் 'உற்றுழி உதவி' அடங்கும்.

குடம், குடுக்கை, பனை மூன்றையும் உவமையில் தனிப்பட்ட முறையில் ஆசிரியரல்லாதாரைக் குறித்தவர், 'முடத்தெங்கு' (தென்னையைத் தெங்கு என்பது நாஞ்சில் நாட்டார் வழக்கு) விளக்கத்தில் மாணவரோடு இணைத்து உரை தரப்பட்டுள்ளது. மாணாக்கர் வரலாறு பின்னர் வரப்போவதை உணர்ந்து, உரையில் மாணாக்கர் ஆசிரியர் சொல் வழக்குகள் இடம் பெற்று விட்டதாகக் கருதலாம்.

அழுக்காறு, அவா, வஞ்சம், அச்சம், ஆடல், இழிகுண இயல்பு, மொழி குணம் இன்மை எனச் சொற்களைப் பிரித்து நூற்பாவை எழுதியிருப்பது படிப்பவர்க்குப் பொருள் புரியும்படியான நிலையாகும்.

வணிகர் மரபு:

“தம்பால் இல்லது இல்எனின் இன்னாய்
உள்ளது கூறிமாற்றியும், உள்ளது
சுட்டியும் உரைப்பர் சொற்சுருங்குதற்கே” (நன். நூ.406)

என்ற பாடலுக்குப் பல்கலைக்கழகப் பேராசான் தந்த விளக்கம் மிகவும் எளியதாகும்.

எ.கா. ‘தொல்காப்பியம் இருக்கிறதா’ எனக் கேட்டவரிடம், ‘நன்னூல் இருக்கிறது. இலக்கண விளக்கம் இருக்கிறது’ எனக் கூறுகிறார்

‘தொல்காப்பியப் பூங்கா’ இருக்கிறதா என்றவரிடம், அது உண்டு என்பவர், ‘பத்து படிகள் உள்ளன. அதன் விலை 500 ரூபாய்; 535 பக்கங்கள்; நல்ல அருமையான பதிப்பு’ என அதன் இயல்புகளையும் சுட்டி உணர்த்துவர்’ என உரை குறிப்பர்.

எளிய சான்றுகள் தந்து விளக்குதல்

‘இருதிணை ஆண்பெணுள் ஒன்றனை ஒழிக்கும்
பெயரும் வினையும் குறிப்பினானே’ (நன்.352)

என்ற நூற்பாவிற்குச் சான்றுகளாக,

1) ஐயப்பன் பக்தர் தாடி வளர்த்தனர்

2) விஜீபத்தில் இருவர் தாலி இழந்தனர்

என எளிய வழக்கில் காணப்படும் சான்றுகளைத் தந்து பொருள் சுட்டுதல் பாராட்டத்தக்கது.

முடிவுரை:

மேற்கண்டவையே, “பேராசிரியரின் எளிய உரையில் புலப்பாட்டு நெறி” பற்றிய சிறிய உரை விளக்கமாகும்.

பயன்பட்ட நூற்கள்:

1. சு. அழகேசன், 2002 நன்னூல் எழுத்ததிகாரம், எளிய உரை, சுதா பதிப்பகம், தூத்துக்குடி.
2. சு அழகேசன், 2003 நன்னூல் சொல்லதிகாரம், எளிய உரை, சுதா பதிப்பகம், தூத்துக்குடி.
3. மு. வரதராசனார், 1996 திருக்குறள் தெளிவுரை, கழகப் பதிப்பு, சென்னை.

4. பழமொழி ஒரு வழக்காறு

மூதறிவிலிருந்து தோன்றிய மொழி பழமொழி. நினைப்பிற்கும் எட்டாத பழங்காலத்திலிருந்தே மக்கள் வாழ்வில் வாழ்ந்து வருபவை என்பதைப் பழமொழியிலுள்ள "மொழி" என்னும் சொல் உறுதிப்படுத்துகிறது. பழமொழி என்பது தொன்மையானது. நீண்ட அனுபவத்தில் பிறந்த குறுகிய வாக்கியங்களே பழமொழியாகும். சமுதாயத்தின் அனுபவ முதிர்ச்சியையும் அறிவுக் கூறுகளையும் விளக்கும் சான்றாக பழமொழி விளங்குகிறது.

இலக்கியத்தில் பழமொழி:

தொல் காப்பியர் பழமொழியை முதுச்சொல், முதுமொழி எனக் குறிப்பிட்டுள்ளார்

"பாட்டு ஓரை நூலை வாய்மொழி பிசியே
அங்கதம் முதுசொலோடு அவ்வேழ் நிலத்தும்" (தொல்.செய், 391)

ஏது நுதலிய முதுமொழி என்ப (தொல்.சேய் 165)

தொல்காப்பியர் பழமொழிக்கு விளக்கம் தருகிறார்.

"நுண்மையும் சுருக்கமும் ஒளியும் உடைமையும்
மேன்மை என்றிவை விளங்கித் தோன்றிக்
குறித்த பொருளை முடித்தற்கு வரூஉம்
ஏது நுதலிய முது மொழி."

கருதிய பொருளை விளக்கும் வகையில் நுண்மை, சுருக்கம், தெளிவு, மென்மை ஆகிய இயல்புகளுடன் பழமொழி விளங்கும்.

தொல்காப்பியர் நுட்பம், சுருக்கம், விளக்கம், எளிமை ஆகிய இயல்புகளுடன் குறிப்பிட்ட பொருளைக் காரணத்துடன் உணர்த்த வல்லது பழமொழி என பழமொழிக்கு வரையறை செய்கிறார். ஒரு கருத்தை உணர்த்துவதும் அக்கருத்து காரணத்துடன் அறிவுக்கு ஏற்றதாகவும் நுட்பம், சுருக்கம், விளக்கம், எளிமை உடையதாகவும் இருக்க வேண்டும். 'கூரியதாய்ச் சுருங்கி விழுமியதாய் எளிதாகி இயற்றப்பட்டுக் குறித்த பொருளை முடித்ததற்குக் காரணமாகிய பொருளினைக் கருதுவது முதுமொழி என்ப' எனப் பேராசிரியர் விளக்கம் தருகிறார்.

தொல்காப்பியர் பழமொழியை 'முதுமொழி', 'முதுசொல்' என்ற பெயரால் அழைக்கிறார். இளங்கோவடிகள் 'நெடுமொழி' என்று அழைக்கிறார். திருவெம்பாவை 'பழஞ்சொல்' என்றும் குமரேச சதகம் 'உலகமொழி' என்றும், கொன்றை வேந்தன் 'மூத்தோர் சொல்' என்றும், குமரேச சதகம் 'உலகமொழி' என்றும், கொன்றை வேந்தன் 'மூத்தோர் சொல்' என்றும் அழைக்கின்றன. கம்பரும் பழமொழியை 'மூதுரை' என்ற சொல்லால் குறிப்பிடுகிறார். கி.பி. 13ம் நூற்றாண்டில் வாழ்ந்த நச்சினார்க்கினியர் பழமொழியைப் 'பழம் வார்த்தை' என்ற சொல்லால் குறிப்பிடுகிறார். கி.பி. 18ம் நூற்றாண்டில் வாழ்ந்த படிக்காசுப் புலவர் 'பழமொழி' என்ற சொல்லைப் பயன்படுத்தியுள்ளார் அதே நூற்றாண்டில் வாழ்ந்த முத்தப்பச் செட்டியார் பழமொழியைப் 'பழமைச்சொல்' என்று குறிப்பிட்டுள்ளார். பார் புகழும் பாரதி பழமொழியைத் தனது பாடல்களில் புகுத்திப் பாடியுள்ளார். பழமொழியைச் சுருக்கியும் கருத்தை விரிவாக விளக்கியும் பயன்படுத்தியுள்ளார். தொல்காப்பியர் காலந்தொட்டு இலக்கிய வழக்கில் பயின்று வந்ததை அறிகிறோம்.

பலமொழிகளில் பழமொழி:

பழமொழிக்குப் பல மொழிகளில் பெயருண்டு, அவையாவன:

மலையாளத்தில் 'பழஞ்சொல்' என்றும், தெலுங்கில் "நாதுபி" என்றும், கன்னடத்தில் "நாண்ணுடி" என்றும் கூறுகின்றனர்.

பழமொழி வகைகள்:

பழமொழி முப்பத்தி நான்கு வகையாக இருப்பதாகப் பலர் கருதுகின்றனர். அவையாவன. பழமொழியைக் குறிக்க முப்பத்திநான்கு சொற்கள் இருப்பதாக டாக்டர் வ.பெருமாள் அவர்கள் குறிப்பிடுகிறார் 1. பழகுமொழி, 2. தொன்னெறி மொழி 3. முதுமொழி 4. முதுசொல் 5. தொன்று படு கிளவி 6. தொன்று படு பழமொழி 7. பழமொழி 8. வாய்மொழி 9. அறம் 10. நெடுமொழி 11. பல்லவையோர் சொல் 12. பண்டைப் பழமொழி 13. சொலவு 14. மூதுரை 15. பழஞ் சொல் 16. மூத்தோர் சொல் வார்த்தை 17. வழக்கு 18. உரை 19. பழைய நெறியனாய் வரும் சொல் 20. பழவார்த்தை 21. உலகமொழி 22. உபகதை 23. சுலோகம் 24. சொலவடை 25. வசனம் 26. எழுதா இலக்கியம் 27. வாய்மொழி இலக்கியம் 28. எழுதாக் கிளவி 29. கேள்வி 30. சருதி 31. நீதிமொழி 32. முதுமை 33. மொழிமை 34. முன்சொல் ஆகியனவாகும்.

பழமொழி கருப்பொருள்:

மனித சமுதாயத்தில் காணப்படும் நம்பிக்கை, பழக்க வழக்கங்களையும் பழமொழி விளக்குகின்றது. மனித சமுதாய வரலாற்றை விளக்கும் வாயிலாகவும் உள்ளது.

பழமொழியின் கருப்பொருளை 1. மக்கள் இனம் (Human Beings) 2. விலங்கினம் 3. மரம், செடி, கொடி, இனம் 4. பண்பாடு 5. பல் பொருள் பற்றியது எனப் பிரிக்கலாம்.

பழமொழி என்பது பாமரர் இடையே வாய்மொழி இலக்கியமாக வருவது ஆகும். தலைமுறையாகச் சொல்லப்பட்டு வந்த இவ்வகை இலக்கியம் அதிகமான மக்களால் உருவாக்கப்பட்டதாகும். செவிவழி வந்த பழமொழிகள்

பாமரரிடையே வழங்கும் போது கொச்சைத் தமிழில் தான் இருக்கும். இது வழக்கியல் பழமொழி ஆகும். இலக்கிய கர்த்தாக்கள் பயன்படுத்தும் போது இலக்கிய இயல் பழமொழியாக மாறுகின்றது. நல்ல தமிழில் வழங்கும் ஆள்பாதி, ஆடை பாதி என்று கூறப்பெறும் உடை பற்றிய பழமொழி இலக்கிய வியலுக்கும், வழக்கியலுக்கும் பொருத்தமாகின்றது.

5. ஆளுடைய பிள்ளையார் புகழ்

முன்னுரை:

நம்பியாண்டார் நம்பிகள் சைவ சமயக் குரவர்கள் நால்வருள் ஒருவரான திருஞானசம்பந்தரையே தன் குருவாகவும் தன் இறைவனுக்கு நிகரானவராகவும் கருதி வணங்கி வந்தார். திருஞானசம்பந்தராகிய ஆளுடைய பிள்ளையையே எந்நாளும் தன் மனத்தினுள் நினைத்துவந்த நம்பியாண்டார் நம்பி, அவரை மையப்படுத்தி கொண்டு 6 பாசுரங்கள் பாடியுள்ளார். அவற்றின் வழி அறியப்படும் ஆளுடைய பிள்ளையின் சிறப்புகள் குறித்து இக்கட்டுரையில் காண்போம்.

ஆளுடைய பிள்ளையாரின் பக்திச் செயல்கள்:

திருமறைக்காட்டில் திறந்த கோயில் கதவைப் பதிகம் பாடித் திருஞானசம்பந்தர் மூடிடச் செய்தார். தீருநீலகண்ட யாழ்ப்பாணரது யாழின் ஒலியை யாழ்முரி எனும் பாடலால் உடைத்தார். வணிகரைத் தீண்டிய அரவின் நஞ்சினைப் பதிகம் பாடி இறக்கினார்

அருள்பெற்று பேரெழில் தங்கியுள்ள இம்மண்ணுலகம் மேன்மையுறவும், சமணர்கள் திகைத்து அழுந்தவும் அவதரித்தவர் யாரெனின் தெளிந்த நீர் கொண்ட கமலமலர் களித்து நின்றிட அதன்மேல் அன்னம் நடந்திட, தெய்மகள் என்று சொல்லுமாறு நெற்பயிர் முற்றித் தலை சாய்த்துப் பணிகின்ற சீகாழிக் காவலராகிய திருஞானசம்பந்தரேயாவர் *(திருக்கண்ணவ் விருத்தம் பா.எ.1)*

புன்தலை யானையுரியாகிய போர்வையை உடைய இறைவன் கோயில் கொண்டிருக்கும் திருமறைக்காட்டுக் கோயில் கதவு மூடுமாறு தேவாரம் பாடியவரும், சமணர்களுக்குப் பேரிடியாய் அமைந்தவரும், விண்ணில் மேகங்கள் ஒன்று கூடி மின்னியதைக் கண்டு வண்டாட பெடையொடு கொக்கு உறங்கும் சோலைகளையும் ஆழமான அகழியையும் உடைய

சீர்காழியின் காவலருமாக இருப்பவர் திருஞானசம்பந்தரேயாவர் *(மேலது, பா.எ.7)*.

திருஞானசம்பந்தனார் முன்பு உமையம்மையளித்த ஞானப் பாலால் சிவஞானம் பெற்றார். முத்துச் சிவிகையும் பொன் தாளத்தையும் சிவனாரிடமிருந்து பெற்றார். தமிழை உலகத்தார்க்கு அளித்தார். சமணர்களைக் கழு ஏற்றினார். உயர்ந்த மதில்களையுடைய சீகாழிப் பதியிலுள்ள வேதியர் சிகாமணியாகிய ஞானசம்பந்தர் இவைகளைச் செய்தார் *(மேலது பா.எ.9)*.

கொச்சைச் சதுரன்தன் கோமானைத் தான்செய்த
பச்சைப் பதிகத் துடன்பதினா ராயிரம்பா
வித்துப் பொருளை விளைக்க வலபெருமான்
முத்திப் பகவ முதல்வன் திருவடியை
அத்திக்கும் பத்தரெதிர் ஆணைநம் தென்னவலான்

(மேலது. பா.எ.9)

ஒளிமிகு கொச்சை எனப்படும் சீகாழிச் சதுரராகிய ஈசன்மீது பாடிய பதிகத்துடன் பதினாறாயிரம் தேவாரப் பாடல்களைப் பாடிய பெருமானார், முத்தி தரும் இறைவன் திருவடியை அடைய பக்தி நெறியை நமதென்று சொல்ல வந்த பெருமானார், என்றெல்லாம் சம்பந்தர் போற்றப்படுகிறார்

ஆளுடைய பிள்ளையின் பக்தர்கள் பெறும் பயன்:

பிரமாபுரத்து மறுவற்ற பொற்கழலோனான ஞானசம்பந்தரை வாழ்த்துவதால் மணங் கொண்ட கொன்றை மாலையும், கையில் மான் கன்றும், விடைக் கொடியும் உடைய சிவபிரானின் பொன்னுலகைப் பெறல் உறுதி என்றும், சோலைகள் சூழ்ந்த உயர்வான மதில்களை உடைய மாட மாளிகைகள் நெருங்கிய சீகாழியின் முத்தமிழாகரன், மேதகு பெற்ற புனைதார் விரையார் கமலக் கழலே துணையாக நினைப்பவர்தாம் முத்துகள் நிறைந்த கடலால் சூழப்பெற்ற உலகமும் சுற்றமாய் ஊழிக்காலத்திலும் நிலைபெற்று நின்ற வாழ்வு நிலைத்து எழில்சேர் அறமான பயிற்றுவார் மாசதுரால் வினை செற்று அதன்மேல் பிறவிக்கடலை அணுகார் என்றும் நம்பியாண்டார் நம்பி திடமாகக் கூறுகிறார் *(ஆளுடைய பிள்ளையார் திருக்கலம்பகம் பா.எ.36)*.

நீ மதித்து உன்னி நினையேல் மடநெஞ்சமே
காமதிக் கார்பொழிற் காழி
நாமதிக் கும்புகழ் ஞானசம் பந்தனொரு
பூமதிக் குங்கழல் போற்றே

மனமே, சந்திரன் தவழும் உயர்ந்த சோலைகள் சூழ்ந்த சீகாழிப்புகழ் ஞானசம்பந்தனோடு உலகிலுள்ளார் போற்றும் அவரது திருவடிகளைப் போற்றுவாயாக. போற்றி செய்து அரனின் பொற்கழல்களைப் பூண்பதே அறிவு. யானும் உன் பொற்கழலைப் பூண்டேன். நஞ்சால் உண்டாகிய துயரையும் சமணரின் வாதத்தையும் வென்றது. ஆற்றின் பெரு வெள்ளத்தில் எதிர்த்துச் சென்றது. அந்தப் படகே தன்பதியானது. அனைத்தும் படகே. தோணிபுரமாகிய சீகாழியே! நாற்றிசைக்கவி ஞானசம்பந்தரே. அவரே நமக்குக் கதியும் ஆவார் என்கிறார் நம்பியாண்டார் நம்பி.

முடிவுரை:

தொடர்ந்து வருகின்ற பிறவித் துயரைப் போக்குகின்ற சோலைகள் சூழப்பெற்ற காழி மன்னனது அழகிய திருவடிகளை வணங்கிப் போற்றுவோமாக என்று அவரைத் துதிக்க நம்மை அழைக்கிறார் நம்பியாண்டார் நம்பி.

திருச்சிற்றம்பலம்

6. வர்ஜிலும் வள்ளுவரும்

வர்ஜில் (Virgil) என்ற ரோமானிய கவிச்சக்கரவர்த்தி வேளாண்மைத் தொழிலைப் பற்றி இயக்கிய நூலிற்கு 'ஜார்ஜிக்ஸ்' (Georgics) என்பது பெயர். இந்த இலத்தீன் மொழிச் சொல்லுக்கு 'உழவுத்தொழில்' என்பது பொருளாகும். எனவே 'உழவுப்பாட்டு' என அதை நாம் கூறலாம். இவர் கி.மு. 70இல் உழவர் குடியில் தோன்றினார்

கி.மு 43 முதல் 37 வரை 'ஜார்ஜிக்ஸைப்' பேரரசன் அகஸ்தஸின் ஆதரவில் பாடினார். நெடுங்காலமாக உள்நாட்டுப் போர்களால் இத்தாலிய நாட்டு உழவுத் தொழில் நலிந்து போயிருந்தது. எனவே உழவுத்தொழில் பற்றிய திட்டத்தை ஆதரித்துக் கவிபாடுமாறு, வர்ஜிலை ரோமப் பேரரசின் முதலமைச்சர் மேனாசிஸ் (இவர் வர்ஜிலின் நண்பர்) வேண்டினார். அதன் விளைவாக 'உழவுப்பாட்டு' தோன்றியது.

இந்நூல் 4 பகுதிகளை உடையது. அவை நிலத்தை உழுது பயிரிடும் முறை, பழத் தோட்டங்களும் கொடி முந்திரிப் பண்ணைகளும் அமைத்தல், கால்நடைப் பராமரிப்பு, தேனீ வளர்த்தல் என்பனவாகும். இந்நூல் மக்கள் இயற்கையோடு இயைந்து வாழ்ந்த கிராமச் சூழலை அடிப்படையாகக் கொண்டது. 'உழவுப்பாட்டை' வர்ஜில் தம் கற்பனையாற்றலாலும், இலட்சிய நோக்காலும், கலையுணர்வாலும் கவின்மிகு இலக்கியமாகப் படைத்து அளித்துள்ளார் அவருடைய கவிதையில் இரண்டு கொள்கைகள் போட்டியிடுகின்றன. ஒன்று மெய்யுணர்வுக் கோட்பாடாகும். மற்றொன்று கட்டற்ற கற்பனைப் பண்பாகும். (Romanticism) அதனால் 'உழவுப்பாட்டு' வெறும் நீதி நூலாகாது, கற்பனை வளமிக்க கவிதையாகத் தோன்றுகிறது.

வர்ஜிலும் வள்ளுவரும்:

இவ்விரு கவிஞர்களும் தங்கள் நாட்டின் பொற்காலத்தில் வாழ்ந்தோராவர். வர்ஜில் காப்பியப் புலவராக அறிமுகமானார் வள்ளுவர். நீதி இலக்கியப் புலவராக அறிமுகமானார் வள்ளுவர்.

வர்ஜில் செயல்முறைகளுக்கு உகந்தவற்றை எடுத்துரைக்கும் செயல் வீரர்; வள்ளுவர் ஓர் இலட்சியவாதி; அவர் மனித வாழ்க்கை மாண்புற்று விளங்கத் தேவையான வாழ்வியல் கருத்துக்களைக் குறிக்கோள்களாக அமைத்துக் காட்டுகிறார். தாம் வாழ்ந்த காலத்து நிகழ்ச்சிகளைத் தம் நூலில் வள்ளுவர் குறிப்பிடவில்லை. வர்ஜில் குறுகிய நாட்டுப்பற்று உடையவராகக் காணப்படுகிறார் வள்ளுவரோ, தமிழ் மக்களுக்கு மட்டுமல்லாமல், எல்லாருக்கும்; பயன்படும் வகையில் தம் நூலை இயற்றியுள்ளார். வர்ஜில் 'போரே வேண்டாம்' என்று அவலக்குரல் எழுப்புகிறார். வள்ளுவரோ போருக்கு வேண்டிய படைகளின் மாட்சியைச் சிறப்பித்துப் பாடியுள்ளார்

இருவரும் வேளாண்மைப் பொருளாதாரத்தைப் பற்றிக் குறிப்பிடுகின்றனர். அதனால் அவர்களிருவரும் உழவுத் தொழிலின் முக்கியத்துவத்தையும் அதைச் செய்யும் முறைகளையும் விளக்கியுள்ளார். வர்ஜில் தம் நூலின் கால் பகுதியை உழவுத் தொழிலுக்கு ஒதுக்கியுள்ளார். வள்ளுவரோ தம் நூலிலுள்ள 133 அதிகாரங்களுள் ஓரதிகாரத்தை 'உழவிற்குத்' தந்துள்ளார்

இவ்விருவருடைய கருத்துக்களில் காணப்பெறும் ஒத்த கருத்துக்களைப் பின்வரும் அட்டவணையில் நாம் காணலாம்.

உழவுப்பாட்டு:

1. நிலத்தினை நன்றாக உழுது காற்றாட விட்டு, பின்னர் எருவிடுதல் நல்லது. *(பகுதி 1,9395)*
2. வயலினை அகல உழுவதோடு ஆழ உழுதல் வேண்டும். *(பகுதி 1,118120)*
3. முளையாக இருக்கும் போதே களையெடுக்க வேண்டும். *(பகுதி 1,118120)*

4. அன்பே அவர்களை ஆளுகிறது. (பகுதி 11;307)
5. எல்லையில்லா இரவில் ஆழ்ந்து உறங்குவதைப் போன்றதே இறப்பு. (பகுதி 4, 5956)

திருக்குறள்:

1. தொடிப்புழுதி கஃசா உணக்கின் பிடித்தெருவும் வேண்டாது சாலப்படும் (1037)
2. ஏரினும் நன்றால் எருவிடுதல் (1038)
3. பைங்கூழ் களை கட்டல் (550) கட்டபின் நீரினும் நன்றதன் காப்பு.
4. அன்பின் வழியது உயிர்நிலை (80)
5. உறங்குவது போலும் சாக்காடு (339)

7. சிற்றிலக்கியம் - செம்மொழி இலக்கியத்தின் திறவுகோல்

தமிழ் மொழியில் எண்ணற்ற இலக்கிய இலக்கண நூல்கள் உள்ளன. இயல், இசை, நாடகம் என்ற முப்பெரும் பிரிவுகளில் பழந்தமிழர்கள் தமிழை ஆராய்ந்துள்ளனர். தமிழர்கள் வாழ்க்கையை நன்கு ரசித்ததனால் சிறந்த பல தமிழ் நூல்களைத் தமிழர்கள் படைத்துள்ளனர். தமிழ் இலக்கியத்தைப் பயன்பாட்டு இலக்கியம் எனக் கூறலாம். "இலக்கியம்" என்ற சொல்லைத் தொல்காப்பியர் கையாளவில்லை. திருவள்ளுவரும் கையாளவில்லை.

இலக்கியமே அடிப்படை:

இலக்கியத்தின் தனிப்பெரும் பொதுப்பண்பு மகிழ்வூட்டுதலாகும். நெஞ்சை அள்ளும் இன்பம் இலக்கியத்தின் உயிர். ஆனால், அந்த இன்பம் மனிதனின் வாழ்க்கையைச் சீரமைக்கப் பயன்படாவிட்டால் இலக்கியம், தரம் குறைந்த இலக்கியமாகிவிடும்.

மனிதனின் அறிவைத் தூண்டி நெறிப்படுத்தும் நீதி நூல்களுக்கும் மக்களை இணங்குமாறு தூண்டும் வகையைச் சேர்ந்த இலக்கியங்களுக்கும் அது சொல்லும் கருத்தே முதன்மையானது ஆகும். "மொழியை வாயிலாகக் கொண்டு படைக்கப்பெறும் கலையே இலக்கியம். அது வியப்பூட்டும் அற்புத நிகழ்ச்சி போன்ற ஓர் அரிய கலை"1

தோற்றம் - வருணனை:

"குருவி ஒன்று என் சன்னலின் எதிரே வருமானால் அதன் வாழ்வில் நான் ஒன்றி விடுகிறேன். அதைப் போலவே தானியங்களைக் கொத்தித் தின்னவும் தொடங்கி விடுகிறேன்" என்கிறார் கவிஞர் "கீட்ஸ்"2

இத்தகைய உணர்ச்சியை இலக்கியத்தின் இன்றியமையாத உறுப்பு எனலாம். கற்பனை இலக்கியத்தையும், கவிஞனின் உணர்ச்சியையும் வளர்க்கப் பயன்பட்டது. ஒரு நிகழ்ச்சியைப் பார்ப்பவர், கேட்பவர் அனைவருக்கும் எண்ணங்கள் மற்றும் கற்பனைகள் ஒரே மாதிரியாகத் தோன்றுவதில்லை. கவிஞன் தான் அனுபவித்த நோக்கில் மற்றவர்களும் அனுபவிக்க வேண்டும் என்ற நோக்கில் படைப்பதே இலக்கியம்.

கண்களால் பார்ப்பதை அப்படியே மனம் ஏற்றுக் கொண்டு சிறப்பாகப் பாடும் புலவர்கள் பெருகியிருந்த காலம் அது.

மன்னர்களுக்கிடையே இருந்த பெரும்பகை மறைய இலக்கியங்கள் பெரிதும் துணை செய்தன.

"இன்று விலைமதிக்க முடியாத பல இலக்கியங்கள் அவை தோன்றிய காலத்து நினைக்கவும் முடியாத குறைந்த விலைக்கு விற்கப்பட்டன. சில இலக்கியங்கள் அவற்றைத் தோற்றுவித்தவர் இடர்ப்படவும் காரணமாயின. கண்ணகியின் வரலாற்றைச் சாத்தனார் மூலம் கேட்டார் இளங்கோவடிகள். கேட்கும் பொழுதே அதில் ஈடுபட்டு "நாட்டுதும்யாம் ஓர் பாட்டுடைச் செய்யுள்" என்று கூறினார். ஆனால் அவ்வரலாறு முடியுடை வேந்தர் மூவர்க்கும் உரியது. அங்ஙனமிருக்கச் சேரர் குலத்தோன்றலாகிய அவர் ஏனைய சோழ பாண்டியரைப் புகழ்வது உலகியலுக்கும் சேரர் குடிக்கும் பொருத்தமில்லை என்பதைச் சாத்தனார் உணர்ந்தார். உடனே இளங்கோவைப் பார்த்து முடியுடை வேந்தர் மூவர்க்கும் உரியது. அடிகள் நீரே அருளுக! என்று கூறுகிறார். இதனால் விளைவும் பொருத்தமின்மை அறிந்தும் இளங்கோ தம் கலைக் கோயிலைக் கட்டி முடித்தார் என்றால் இவ்விலக்கியங்களின் பெருமையை என்னென்று புகழ்வது"

இந்தச் சான்றே இலக்கியத்தின் பெருமையைப் பறைசாற்றுகிறது.

திணைப்பிரிவு:

நிலத்தை ஐந்தாகப் பிரித்த தமிழ் இலக்கியம் அவை ஒவ்வொன்றுக்கும் வாழ்க்கை முறையைக் கற்பித்தது. ஐந்து வகை நிலத்தைப் படைத்த தமிழனின் அறிவு பாராட்டத்தக்கது. தாம்

வாழும் நிலத்தையும் இடத்தையும் ஐந்தாகப் பிரித்தார்கள்.

குறிஞ்சி	-	மலையும் மலை சார்ந்த இடமும்
முல்லை	-	காடும் காடு சார்ந்த இடமும்
மருதம்	-	வயலும் வயல் சார்ந்த இடமும்
நெய்தல்	-	கடலும் கடல் சார்ந்த இடமும்
பாலை	-	மணலும் மணல் சார்ந்த இடமும்

பொழுதைப் பெரும்பொழுது என்றும் சிறுபொழுது என்றும் பாகுபடுத்தினர். அதில் பெரும்பொழுது என்பது,

1.	இளவேனில் காலம்	-	சித்திரை, வைகாசி மாதங்கள்
2.	முதுவேனில் காலம்	-	ஆனி, ஆடி மாதங்கள்
3.	கார்காலம்	-	ஆவணி, புரட்டாசி மாதங்கள்
4.	குளிர் காலம்	-	ஐப்பசி, கார்த்திகை மாதங்கள்
5.	முன்பனிக்காலம்	-	மார்கழி, தை மாதங்கள்
6.	பின்பனிக்காலம்	-	மாசி, பங்குனி மாதங்கள்

எனவும், சிறுபொழுதை ஆறு வகையாகவும் பிரித்தனர்.

காலை	-	காலை 6 மணி முதல் பகல் 10 மணி வரை
நண்பகல்	-	பகல் 10 மணி முதல் பிற்பகல் 2 மணி வரை
ஏற்பாடு	-	பிற்பகல் 2 மணி முதல் மாலை 6 மணி வரை
மாலை	-	மாலை 6 மணி முதல் முன் இரவு 10 மணி வரை
யாமம்	-	முன் இரவு 10 மணி முதல் பின் இரவு 2 மணி வரை
வைகறை	-	பின் இரவு 2 மணி முதல் 6 காலை மணி வரை

என்று தமிழ் மக்கள் தாம் வாழும் நிலத்தையும் இடத்;தையும் காலத்தையும் பிரித்தனர்.

உண்மை எத்தகைய அழகாக இருந்தாலும் அவை மனிதனின் படைக்கும் சக்தியினாலேயே சிறப்படைகிறது.

"காக்கை குருவி எங்கள் ஜாதி நீள்
கடலும் மலையும் எங்கள் கூட்டம்"4

என்று பாரதியின் கூற்று தமிழ் மக்களின் பாகுபாட்டைப் பார்த்துப் பிறந்திருக்கலாம்.

பிள்ளைக்கவி தெய்வத்தையோ, அரசனையோ குழந்தையாகப் பாவித்து இயற்றுதல்

"சாற்றரிய காப்புதால்................

.......................தேரோடும் பத்து."

என்ற வெண்பா பாடலால் பிள்ளைத்தமிழின் பருவங்கள் விளங்கும்.

தூது:

ஒருவரிடம் ஒரு பொருளைப் பெற்று வருவதற்கு ஆற்றல் மிக்க மற்றொருவரை அனுப்புவது தூது.

இலக்கியம் தமிழ்விடு தூது, முகில்விடு தூது, அழகர் கிள்ளைவிடு தூது போன்றவை சிறந்த தூது நூல்கள் எனலாம்.

கலம்பகம்:

மக்களுள் அனைவருக்கும் பாடப்படும் இலக்கியம் இது. நந்திக் கலம்பகம் மிகவும் சிறப்பு வாய்ந்தது எனலாம். மாற்றாந்தாய் மக்களின் சதியால் மாண்டு போகும் நந்திவர்மனைப் பற்றி,

"நந்தி கலம்பகத்தால் மாண்ட கதை நாடறியும்"

என்ற பழமொழி மக்களிடம் வழங்கி வருவதே சான்றாகும் என்ற மிகச் சிறந்த நகைச்சுவை இலக்கியம் எனலாம்.

"ஈட்டு புகழ்.................

.........................நீ என்றேன் நான்"

குற்றாலக் குறவஞ்சி:

அழகு மங்கை கொண்ட காதலையும் குறிஞ்சி நிலத்தையும் மையமாகக் கொண்டு சிறப்பாகப் படைக்கப்பட்டுள்ளது திருக்குற்றாலக் குறவஞ்சி. சரபேந்திர பூபாளக் குறவஞ்சி சிறந்த நூல் எனலாம்.

பள்ளு:

பள்ளர்களின் வாழ்க்கையை மிகச் சிறப்பாகக் கூறுகிறது. முக்கூடற்பள்ளு, திருமலைமுருகன் பள்ளு சிறந்த நூல் எனலாம்.

குறிஞ்சிப் பாட்டு:

ஆரிய மன்னன் பிரகதத்தனுக்குத் தமிழ் அறிவிக்க இயற்றப் பட்டது.

"முத்தினும் மணியினும் ....
.................................தொன்மருங் கறிஞர்"[7]

முல்லைப்பாட்டு:

எச்செயலை ஆரம்பிப்பதற்கு முன்னும் விரிச்சி கேட்பது அக்கால வழக்கம். அதை ஆசிரியர் மிகச் சிறப்பாகக் கூறியுள்ளார்

"நடுங்கு சுவ....................
....................வாய்ப்புள்"[8]

கலிங்கத்துப் பரணி:

காளி பிழை பொறாதவள் அல்ல என்பதை,

"அருந்தியின் பிழை......................
....................இனி என்னவே"[9]

என்ற அடிகள் உணர்த்துகின்றன.

தமிழின் திறவுகோல்:

இலக்கியம் என்பது முத்துக் குளிக்க இயலாத ஒரு கடல் போன்றது. சங்ககாலத் தமிழர்கள் இயற்றிய இந்தச் சிற்றிலக்கியங்கள் தான் பிற்காலக் கவிஞர்களின் கற்பனைகளைத் தட்டி விடும் சிறந்த திறவுகோலாக இருந்தன என்பது ஏற்புடையது. சிற்றிலக்கியங்கள் வாழ்க்கையில் விரக்தி கொண்ட மனிதனையும் ரசித்து, காதலித்து வாழவைக்கும் ஓர் அற்புதத் திறவுகோல் என்றால் அது மிகையாகாது.

ஆய்வு முடிவுகள்:

1. தமிழ் மக்கள் தாம் கண்ட காட்சிகளைக் கற்பனையோடும் உணர்ச்சிப் பூர்வமாகவும் வெளிப்படுத்தியதே இலக்கியம்.
2. சிற்றிலக்கியங்கள் அக்கால மக்களின் கலை, நாகரிகம், பண்பாடு, பழக்க வழக்கங்களை அறியப் பெரிதும் துணை செய்கின்றன.

3. இலக்கியம் என்ற சொல் தொல்காப்பியர் காலத்தில் இல்லை என்றாலும் இது தமிழ்ச் சொல்லே.

4. அறவழி வாழ்க்கையை மனிதனுக்குப் போதிப்பதே சிற்றிலக்கியம்

5. திட்டமிட்ட வாழ்க்கையை வாழ்ந்தவர்கள் தமிழர்கள்.

6. புலவர்களால் சேர, சோழ, பாண்டிய நாடுகளில் ஒற்றுமையை ஏற்படுத்த முடிந்தது.

7. வாழ்க்கைக்குத் தேவையான அத்தனைக் கருத்துக்களையும் கொண்ட சிறந்த திறவுகோலே இலக்கியமாகும்.

குறிப்புகள்

1. அ.ச. ஞானசம்பந்தன், இலக்கியக்கலை, ப.14.
2. Bliss Rerry, A Study of Poetry, P.70.
3. அ.ச. ஞானசம்பந்தன், மு.நூ., ப.70, 71.
4. பாரதியார், பாரதியார் கவிதைகள், ப.181.
5. மேலது, ப. 239.
6. பொ.வே. சோமசுந்தரனார், குறிஞ்சிப்பாட்டு, ப.16.
7. இ.சுந்தரமூர்த்தி, இலக்கியச்சுடர், ப.26.
8. புலியூர்க்கேசிகன், கலிங்கத்துப்பரணி, ப. 91-92.

8. வைரமுத்து கவிதைகளில் பொருளாதார விடுதலை

முன்னுரை:

கவிப்பேரரசு வைரமுத்து பல கவிதைகள் எழுதியுள்ளார். அவற்றில் முக்கியமான கவிதைகளில் சில பொருளாதாரம் மற்றும் பொருளாதார விடுதலை பற்றிய கவிதைகளாகும். அவற்றினைப் பற்றி கீழே கட்டுரையில் காண்போம்.

பொருளாதார விடுதலை:

மாளிகை வேண்டாம் மண் குடிசை போதும் என மண வயது தாண்டிய மங்கை நல்லாள் வேண்டுவது பொருளின்மையால் தான்

"எங்கிருக்கிறாய்
என் 'லீஜகான்'
இறந்த பின்னே
தாஜ் மகால் வேண்டாம்
இருக்கும் போதே
ஒரு குடிசை கொடு எனக் கூறுகிறார்.
என் கணக்கில் முப்பத்தெழு கோடைகளே
முடிந்தன"

எனக் கூறும் முதிர் கன்னியின் கூற்றில் பொருளாதார பின்னடைவால் மணவாழ்வு பின்தங்கிய செய்தி உள்ளது. பெண்ணுக்குச் சொத்துரிமையில்லாத நிலையில் பொருளாதாரப் பற்றாக்குறை ஏற்படுகிறது. பெண் குழந்தை பிறப்பு முதல் இறப்புவரை பண ஓட்டங்கள் போன்ற நிகழ்வுகளின் பொருள் தரப்படுகிறது. அன்பளிப்பு மொய்ப்பணம் வாழ்வியல் செலவிற்கு ஓரளவே உதவும். பொருள் பங்கீட்டு முறையில் போதிய அளவு பெண்ணுக்குக் கிடைப்பதில்லை. மாப்பிள்ளை வீட்டார் கேட்கும் வரதட்சணைப் பணம் அதிகமாகும் போது

பெண்ணின் திருமணம் நின்று விடுகிறது. பொருளாதாரப் பாதிப்பால் வாழ்வும் பாதிப்படைந்து மணவாசலைக் கடக்க முடியாது முதிர்கன்னியாகிறாள்.

"பார்
போராட்ட மறவரின்
சுடலையில் பற்றவைத்த
சுதந்திர தீபத்தில்
சீமான் மகன்கள்
சிகரெட் பற்றவைப்பதை...

என்ற வரிகளில் ஏழை பணக்காரன் ஏற்றத்தாழ்வைக் காண முடிகின்றது.

கம்பன் கவி கவறிப் பொருளாதாரச்
சமநிலை சுதந்திர இந்தியாவில் ஏன்
பரவாயில்லை

என விளைகிறார்.

"யாவர்களும் ஒன்றாகப் போவதாலே
தேவர்களும் இல்லை
உடையார்களும் இல்லை மாதே"

எனக்கூறி இந்திய மண்ணின் நிலையை விளக்குகிறார்

"வறுமையை ஒழி
வறுமையை ஒழிப்போம் கோயில் திருவிழாக்களில்
சாதிபேதம் வேண்டாம்"

என்பதை,

"வறுமை ஏழ்மை பேதைமைக் கெதிராய்
வாளை எடுக்காமல் நாம்
ஒருவரை ஒருவர் எரித்து மகிழும்
உற்சவம் நடந்துவதோ? என விளக்குகிறார்.

வறுமையைப் போருக்க வெண்மைப் புரட்சி பசுமைப்புரட்சி என வீறு கொண்டு எழலாம் என்பது கவிஞரின் கருத்து.

பொருளின்மை:

இல்லானை இல்லாளும் வேண்டாள் என்பதற்கேற்பப்

பொருள் உண்மை சமுதாயத்தில் மதிக்கப் பெறுகின்றது.

"தவிப்புக்கு ஒருத்தன்
தாலிக்கு வேறொருத்தன்"

எனப் பெண்ணின் தலையில் எழுதக் காரணம் சமநிலையின்மையை 'ஏழை சொல் அம்பலம் ஏறாது' என்பதற்கேற்ப.

"ஏழப் பொம்பளை
எதுவும் சொல்ல முடியாது
ரப்பர் வளைக்குச்
சத்தமிட வாயேது?"

எனக் கூறுகிறார்.

வறுமை

குழந்தைத் தொழிலாளியின் வறுமை நிலை

"மலிவு விலையில்
மனிதக் குருத்துகள்,
கண்ணாடித் துண்டுகள்
சுவாசப்பை அறுப்பதால்
சம்பளமும் மரணமும்
தவணை முறையில்"

எனக் கண்ணாடித் தொழிற் சாலையில் பணிபுரியும் பச்சிளம் சிறாரின் உடல் நலக் கேடு விளக்கப்படுகிறது. ஊதியம் குறைவு பணிப் பளு அதிகம், ஊதியம் ஒழுங்காகக் கிடைப்பதில்லை தவணையில்தான் வருகிறது. கண்ணாடி வடிவம் பெற ஊதுவதால் மூச்சுப் பை கெட்டுவிட அதற்கு மருத்துவம் செய்யக் கூடக் காசில்லை.

முடிவுரை:

மேற்கண்டவையே வைரமுத்து கவிதைகளில் பொருளாதார விடுதலை, பொருளின்மை, வறுமை ஆகிய தலைப்புகளில் மனிதன் படும்பாடு கஷ்டங்கள் பற்றி இக்கட்டுரை மூலம் நாம் அறிய முடிகிறது.

9. சுத்தமல்லி உமாஹரிஹரனின் பன்முக ஆளுமை

முன்னுரை:

தென்பாண்டி நாட்டுப் படைப்பாளர்களின் படைப்புகள் குறித்த பன்னாட்டுக் கருத்தரங்கில் 150 படைப்பாளிகளின் பெயர்கள் பட்டியலிடப் பெற்றுள்ளன. ஆதில் 74 வது இடத்தில் இடம் பெற்றுள்ள உமாஹரிஹரன் என்பாரையும் அவருடைய படைப்புத் திறன் குறித்தும் இக்கட்டுரை பேச உள்ளது.

உமாஹரிஹரன் அறிமுகம்:

நெல்லை மாவட்டம் சங்கரன் கோவிலை அடுத்துள்ள மேலநீலிதநல்லூர் பசும்பொன் முத்துராமலிங்கத் தேவர் கல்லூரியில் தமிழ்த்துறையின்கண் இணைப்பேராசிரியராகப் பணியாற்றி வருபவர் முனைவர் வ.ஹரிஹரன். நெல்லை மாவட்டம் சுத்தமல்லி என்ற கிராமத்தைச் சேர்ந்தவர். இவர் பள்ளிப்பருவம் முதல் கட்டுரை கவிதைகள் எழுதுவதில் ஆர்வத்துடன் திகழ்ந்து வருபவர்.

பாளையங்கோட்டை தூய சவேரியார் கல்லூரியில் படிக்கும் காலத்தில் 'தமிழ்க் கவிஞர்கள் அன்றும் இன்றும்' (கல்லூரி ஆண்டு மலர் 1986) என்று ஒரு கட்டுரை எழுதியுள்ளார். ஆண்டு விழாவிற்கு அன்று சிறப்பு விருந்தினராகக் கலந்துகொள்ள வந்திருந்தவர் அக்கல்லூரியின் முன்னாள் மாணவர் வார்த்தைச் சித்தர் வலம்புரிஜான் அவர்கள்.

உமாஹரிஹரன் என்ற புனைபெயரை இவர் தன் கவிதைக்காகவே பயன்படுத்துகிறார். உமா என்பது இவருடைய மனைவியின் பெயர். இது குறித்து அவரிடம் நேரில் கேட்டபோது,

‘அவள் விகடன்’ பத்திரிக்கையில் கவிதை எழுத ஆசைப்பட்டேன். பெண்கள் தொடர்பான கருத்துகளை முன்வைத்து சில கவிதைகள் எழுதினேன். ‘அவள் விகடன்’ பெண்கள் சிறப்பிதழ் என்பதால் “பெண் பெயரில் எழுத வேண்டும் என்று சொன்னார்கள். அதனால், உமாஹரிஹரன் என்று பெயர் வைத்து எழுதி வருகிறேன்.” (பேட்டி நாள்: 18.09.2015, இடம்: பாளை) என்று மனைவி பெயரில் எழுதும் பின்னணியைக் கூறினார்

தான் ஒரு ஆணாக இருந்தபோதும் மாமியார் மருமகள், முதிர் கன்னி பிரச்சனையையும் (கவன ஈர்ப்புத் தீர்மானம், அவள் விகடன்) யதார்த்தமாக எழுதியுள்ளார். கவிதைச்சாரல் பகுதியில் ‘நினைவு ஊசிகள்’ என்ற கவிதையில் காதலின் மெல்லிய உணர்வுகளைப் படம் பிடித்துக் காட்டுவார். இது மட்டுமல்லாமல்,

கவலைகள்:

“பெட்ரோல் விலை உயர்வு எனக்குக்
கவலை இல்லை, காரணம்
எனக்குக் கார் இல்லை
தங்கம் விலை உயர்வு, எனக்குக்
கவலை இல்லை காரணம்
தங்கம் நான் அணிவதே இல்லை.”

என்று கூறிக்கொண்டே செல்வார். கடைசி இரண்டு வரிகளில்,

“அரிசி விலை உயர்வு,
எனக்குக் கவலை உண்டு
காரணம் எனக்கும்
வயிறு இருக்கிறது” (தினமலர்: வாரமலர்)

என்று முடிப்பார். எந்த விலை உயர்ந்தாலும் கவலை இல்லை. அரிசி விலை மட்டும் உயரக் கூடாது என்று தான் கவிதைகளில் கவலை தெரிவிக்கிறார். இது போன்ற சமூகச் சிந்தனை சிலவற்றையும் தன் கவிதைகளில் பெய்து எழுதியுள்ளார்.

சிறுகதை ஆசிரியர்:

நிமிடக்கதை முதல் நீண்ட கதை வரை எழுதியுள்ளார்.

'நியூஸ்' என்ற சிறுகதை குமுதம் வார இதழில் வெளிவந்தது. 'செய்தி' என்று இவர் தந்த தலைப்பை குமுதம் இதழ் தன் பாணியில் 'நியூஸ்' என்று மாற்றி ஒருபக்க கதையாக வெளியிட்டு இவருக்குப் பெருமை சேர்த்தது.

'மச்சினியே', ஆச்சி, ஆத்தா, கரிசனம் போன்ற சிறுகதைகள் மனித மன உறவுகளையும் மன உளைச்சல்களையும் நமக்கு அறுதியிடுகின்றன. 'விசில் சத்தம்', 'ஸ்டிரைக்' போன்ற சிறுகதைகள் கல்லூரிச் சூழலில் நிகழ்பவை குறித்து எழுதப்பட்டுள்ளன. ஆசிரியர் ஒரு கல்லூரியில் பணிபுரிவதால், அவர் படைப்பாளியாக மாறி அவரைச் சுற்றி நிகழும் நிகழ்வுகளைத் தம் கதைகளில் சுழல விடுகிறார். அவரைச் சுற்றியுள்ள மனிதர்களை நம் மனக்கண்களில் உலவ விடுகிறார்

தொகுப்புரை:

சுத்தமல்லி உமா ஹரிஹரன் தன் எழுத்தாற்றல் மூலம் சிறுகதை ஆசிரியராகவும், கட்டுரை ஆசிரியராகவும், கவிஞராகவும், உரையாசிரியராகவும் மிளிர்கிறார்

படைப்புச் சூழல் காரணமாக படைப்பாளியாகிய ஆசிரியர், பத்திரிகை, வானொலி மூலமாகத் தன் எண்ணப் பதிவுகளைச் செம்மையாக்கியுள்ளார்

இவ்வாறாக இவரை ஒரு பன்முக ஆளுமை கொண்டவர் என்று கருதவும் வாய்ப்புண்டு.

10. கலைஞர் படைப்புகளில் பெண்ணியம்

முன்னுரை:

பகுத்தறிவுப் பாசறையில் இலக்கியம் படைத்த படைப்பாளிகளில் குறிப்பிடத்தக்கவர் கலைஞர் மு.கருணாநிதி. கவிதை, புதினம், சிறுகதை, நாடகம் ஆகிய இலக்கிய வகைகளில் இவர் தம் படைப்புகள் அடங்கும். தாம் கண்ட சமுதாயத்தைப் படம் பிடித்துக் காட்டுவதுடன் அச்சமுதாயத்;தைப் பகுத்தறிவுப் பாதையில் திருப்ப வழிவகுத்துத் தந்தவர். இலக்கியம் சமுதாயத்திலிருந்து கிளைப்பது எனினும், சமுதாயத்திற்காகப் படைக்கப்பட வேண்டும் என்பதில் அக்கறை செலுத்தியவர் கலைஞர். சமுதாயம் என்பது இரு பாலினத்தாரைக் கொண்டது. இரு பாலினத்தாரும் சமன்பட வாழ்ந்தால்தான் இலக்கியம் சமுதாயத்திற்காகப் படைக்கப்பட்டிருப்பதாகக் கொள்ள முடியும் என்பதை நன்குணர்ந்து ஆண் பெண் சமன்பாட்டினைத் தம் படைப்பில் பதிவு செய்துள்ளார். அப்பதிவுகள் எவ்வெவ்வகையுள் பொருத்தி வருகின்றன என்பதை ஆராயும் முகமாக இக்கட்டுரை அமைகின்றது.

பெண்ணியம்:

பெமினிசம் என்ற சொல்லுக்கு இணையாகத் தமிழில் பெண்ணியம் எனுஞ் சொல் பெரு வழக்காகி விட்டது. தொல்காப்பியர் இயற்றியது தொல்காப்பியம். அகத்தியர் தந்தது அகத்தியம் என இயம் என்ற சொல் பின்னொட்டாக அமைந்த சொற்கள் தமிழில் உள்ளன. இயம் எனுஞ் சொல்லைத் தொழிற்பெயரின் அடியாகக் கொண்டு பெண்ணைப் பற்றி இயம்புதல் என்று கொண்டால் மகளிர் நிலையைக் கூறுதல் என அமையும். இன்றைய மகளிர் நிலையின் உண்மையும் அதன் மாற்றம் வேண்டி உரிமை வேண்டலும் பெண்ணியத்துள்

அடங்கும். இக்கருத்தையே அகர முதலிகள் தத்தம் போக்கில் விளக்குகின்றன.

மரபு வகை:

அச்சம், நாணம், மடம், பயிர்ப்பு ஆகிய பண்புகளைச் சிறப்பாகக் கொண்டவர்கள் பெண்கள் எனத் தொல்காப்பியர் கூறுவதைக் கொண்டு இவ்வகையினரை மரபு பெண்ணிய வகையில் அடக்குவர். இவ்வகையினர்க்கு நாற்றங்காலும், வயலுமாக இரு வேறு வீடுகள் உள்ளன. பிறந்த வீடு, புகுந்த வீடு ஆகிய இரண்டிலும் பெரியோர்க்கு அடிபணிந்து கணவன் சொற்கேட்டு தற்கொண்டான் பேணி, சுயத்தை இழந்து வாழ்ந்து வருவர். இரு வீட்டுக்கும் பெருமை சேர்ப்பவள் என இவ்வகையினர் போற்றப்படுகின்றனர். மரபுப் பெண்ணியத்தைப் போற்றும் வகையிலும் கலைஞரின் படைப்பு உள்ளது.

பிறந்த வீட்டை மறந்திடாமல் என்றும்
புகுந்த வீட்டு வளம் பெருக வாழ்வதுதான்
பெண்மணிக்குப் பெருமை....

(கலைஞரின் கவிதை மழை ப.386)

என்ற வரிகள் பிறந்த வீட்டில் தந்தை, உடன் பிறந்த ஆடவரைச் சார்ந்து வாழும் நிலையையும், புகுந்த வீட்டில் கணவன், மாமன், கொழுந்தன் ஆண்குழந்தை என ஆணைச் சார்ந்து வாழும் நிலையையும் கூறுவதால் மரபு வழி வாழும் பெண் குறிக்கப்படுவதைக் காணலாம். முன்னோர் மொழியைப் பொன்போல் போற்றும் முடிவைக் கலைஞர் ஏற்பதால் சார்பு வாழ்க்கையில் மரபுப் பெண்ணியத்தைத் தமது கருத்தியலாகக் கொள்கிறார் கலைஞர் எனக் கொள்ளல் பொருந்தும்.

மாற்ற வகை:

கணவனை இழந்தோர்க்குக் காட்டுவது இல் எனக் கூறிய இளங்கோ கருத்தை மாற்றுகிறார் கலைஞர். கணவனை இழந்த கைம்பெண்களுக்குத் திருமணம் செய்வித்தல் வேண்டும் என்ற சீர்திருத்தக் கருத்தியலைக் கொண்டவர் கலைஞர். பாரதி, பாரதிதாசன் போன்ற கவிஞர்கள் வரிசையில் இக்கருத்தாக்கத்தைத் தொடர்கிறார் கலைஞர்.

புண்ணுக்கு மருந்திட்டு ஆற்றவழி தேடிடுவாய்
கண்ணுக்குள் பாவைபோல் உருண்டிடும் உள்ளம்
கைம் பெண்ணுக்கு இருப்பதையும் உணர்ந்திடுவாய்
உன் மனைவி இறந்திட்டால் வேறு மனம் வேண்டுமென்பாய்
பின் நீ சாவு முனை அடைந்திட்டால்
உன் மனையாள் காவு கொடுக்க வேண்டுமோ காதல்தனை
(கவிதை மழை, ப.34)

என்ற வரிகளில் சமத்துவம் பேசப்படுகிறது. ஆணுக்கொரு நீதி பெண்ணுக்கொரு நீதியா எனக் கலைஞர் மு.கருணாநிதி கேட்கிறார். கற்பு எனச் சொல்ல வந்தால் அதனை இரு கட்சிக்கும் பொது எனக் கொள்வதே சமுதாய நீதி என்கிறார். அந்த நியதியை நீதியை நிலைநாட்ட மறுமணத்தைப் பொதுமையாக்கிப் பாடுகிறார் கலைஞர். இது மரபிலிருந்து மாற்றம் பெறுவதால் மாற்று வகைப் பெண்ணியம் ஆகிறது.

புதினப் படைப்பில் கைம்பெண் மறுமணம்:

உரை நடை வடிவ இலக்கியமான புதினப் படைப்பிலும் கலைஞர் கைம்பெண் மறுமணத்தைக் கருவாக்கிச் சமுதாயத்தில் சீர்திருத்தக் கருத்தைப் பரவும்படிச் செய்துள்ளார் ஒரு மரம் பூத்தது என்ற புதினத்தில் கைம்மைத்துயர், அத்துயர் நீக்கம் இடம் பெறுவதைக் காண முடிகின்றது. கைம்பெண் தேவகி எதிர் கொள்கிற சமுதாயச் சிக்கல் விரிவாக விளக்கம் பெறும் புதினம். ஒரு மரம் பூத்தது தேவகி தனியாளாக இல்லை. மகன் பிரபுவும் உள்ளான். பசுவும் கன்றுமாக உள்ளவளை மணக்க விரும்பாத ராதா என்ற போட்டோகிராபர் இச்சையைத் தீர்த்துக் கொள்ளவே விரும்புகிறான். ராதாவின் பாலியல் வக்கிரத்திலிருந்து தேவகியை ரகு காப்பாற்றித் தான் மணக்க முன் வந்ததும் முதலில் மறுத்த தேவகி சமுதாயத்தில் தூயவளாய் வாழ முடியாத சூழலில் மகன் பாபுவின் அறிவுரையை ஏற்று மறுமணம் செய்து கொள்ள ஒப்புதல் தருவதாகக் கதை அமைப்பு உள்ளது.

கைம்பெண் என்கிற சமூக அடையாளம் பெண்பிறவியின் இழிதகைமை தனித்து வாழ முடியாத நிலையாவும் புதினத்தில் விளக்கப் பெறுகின்றன. ஒரு பக்கம் கைம்பெண் மறுமணம் ஒரு வடிகால் என்றாலும் ஆணைச் சார்ந்து வாழ வேண்டியவளாகவே பெண் இருக்கிறாள் என்பதைக் கலைஞர் காட்டுகிறார் சமூக

அவலத்தைப் புலப்படுத்திக் கைம்பெண் மறுமணம் என்னும் சமூக நோக்கத்தை இப்புதினம் மைய இழையோட்டமாகக் கொண்டமைகிறது.

சிறுகதைப் படைப்பில் விதவை மறுமணம்:

சிறுகதைகள் பல படைத்த கலைஞர் ஓரிரு கதைகளில் மட்டும் சமுதாயச் சீர்திருத்தக் கருத்தான விதவை மறுமணத்தை வலியுறுத்துகிறார் அரும்பு எனும் சிறுகதையில் கோகுல், கோமதி, குமார் ஆகிய மூவரே இடம் பெற்றுள்ளனர். பெற்றோர் குழந்தை மீது கொள்ளும் பாசத்தை விளக்குவதாக கதை புனையப்பட்டாலும் ஓர் அபலைக்கு வாழ்க்கை அளித்ததோடு, குமாருக்கு நல்ல தாய் கிடைக்கச் செய்தாள். கோமதியை வாழ்க்கைத் துணையாக ஏற்றாள். மூத்த தாரக் குழந்தை இளைய தாரக் குழந்தை மன வேறுபாடு விளக்கப்படுகிறது. மகனுக்குத் தாய் வேண்டும் என்பதற்காக ஆடவன் மறுமணம் செய்யக் கைம்பெண் ஒருத்தி வருகிறார்.

முடிவுரை:

கவிதைப் படைப்பில் மகளிர் நிலை கூறிய அளவிற்குச் சிறுகதை புதினங்களில் பெண்ணிய ஆதரவுக் கருத்துகள் இடம் பெறவில்லை. பெண் வறுமையால், கணவன் இழப்பால் படும் துயரங்களே உரைநடை வடிவ இலக்கியங்களில் விளக்கம் பெறுகின்றன. மரபுப் பெண்ணியக் கருத்துகளே மிகுதி. மாற்றுவகைப் பெண்ணியத்தில் கைம்பெண் மறுமணம் ஒன்றே இடம் பெறுகின்றது.

11. காரைக்காலம்மையாரின் பக்திச் சிறப்பு

முன்னுரை:

அன்பு நெறியாகிய ஒரு முறையே மக்கள் மேற்கொள்ளத் தக்க பெருமுறை என உணர்த்தி நிற்கும் பதினொன்றாந் திருமுறையில் “இவள் நம்மைப் பேணும் அம்மை காண்” என இறைவனே ‘அம்மை’ என அழைக்கப்பட்ட சிறப்பினைப் பெற்றவராகக் காரைக்காலம்மையார் குறிப்பிடுகிறார். இவ்வம்மையார் ஒரு நெறிய மனமாய் உறைப்புட மனமாய் நின்று இறைவன் மீது கொண்ட பக்திச் சிறப்பின் பான்மையினை இக்கட்டுரை ஆராய்கின்றது.

திருத்தொண்டில் மனம் திளைத்தல்:

சோழவள நாட்டில் கடற்றுறைப் பட்டினமாகிய காரைக்கால் என்னும் பதியில் வணிகர் குலத்தில் தனதத்தன் என்பானுக்குப் புதல்வியாய் அம்மையார் தோன்றினார். பெற்றோர் புனிதவதி எனப் பெயரிட்டு அன்போடு வளர்த்து வந்தனர். இப்புனிதவதியார் சிவனடியார்களைக் கண்டாலே சிவன் எனவே வழிபடும் திறம் வாய்க்கப் பெற்றவராய் வளர்ந்து, திருமணப் பருவம் அடைந்து, இரு முதுகுரவர் இசைவினால் பரமதத்தனைக் கணவனாக அடைந்தார்.

புனிதவதியார் மனைத்தக்க மாண்புடன் இல்லறம் இயற்றியதோடு, சிவபெருமான் மீது கொண்ட பக்தியிலும் மேம்பட்டுச் சிவனடியார்களுக்குத் திருவமுதளித்தல், வேண்டும் பொருள்களை அவ்வப்போது அளித்தல் முதலான சிவபுண்ணியங்களில் சிறந்து விளங்கினார்.

ஒருநாள் பரமதத்தனை வாணிபம் செய்யும் இடத்தில்

காணவந்த சிலர் இரண்டு மாங்கனிகளை அவனிடம் அளித்து உரையாடிச் சென்றனர். அவ்வேளையில் சிவனடியார் ஒருவர் பசியால் மிக இளைத்தவராய்ப் புனிதவதியார் இல்லறத்திற்கு வரவே தன் கணவர் அனுப்பிய மாங்கனிகளுள் ஒன்றினை இலையில் படைத்து அடியார்க்குத் திருவமுது படைத்தார். சிறிது நேரங்கழித்துப் பரமதத்தன் நண்பகல் உணவிற்குத் தன் இல்லம் அடைந்தான். அவனுக்கு அம்மாங்கனிகளுள் ஒன்றினை இலையில் வைத்து உண்ணச் செய்தார். அக்கனியின் இன்சுவையில் மயங்கிய பரமதத்தன் "பிறிதொன்றையும் இடுவாயாக" என்றான்.

அக்கனியினை அடியவர்களுக்களித்த செய்தியினைக் கூறாது, இறைவன் பால் வருந்தி வேண்டி நின்று, இறையருளால் வேறொரு கனியைப் பெற்றார்.

இறையருளால் கிடைத்த இக்கனியின் சுவை வேறாக இருப்பதை உணர்ந்த பரமதத்தன் காரணம் வினவ, புனிதவதியார் நடந்ததை அப்படியே கூறினார். இதன் உண்மையைக் காண விரும்பிய அவன் மற்றுமொரு கனியை இறைவனிடம் கேட்டுத் தனக்கு அளிப்பாயாக என்று கூறிய அளவிலே மற்றுமொரு மாங்கனி அம்மையார் கைக்கு வந்தது. இதனைக் கண்டு அஞ்சி பரமதத்தன் தன் மனைவியாக வந்த புனிதவதியைத் தெய்வமென மதித்து வணங்கி நின்றான்.

எனவே புனிதவதியார் இறைவன் மீது கொண்ட பக்தியினால், அன்பினால் பிறந்து மொழிபயிலும் காலத்திலேயே சிவபெருமான் திருவடிகளுக்குத் தொண்டு பூண்டு வாழும் அருள்நெறி நிரம்பப் பெற்றவராய் வாழ்ந்து வந்தார்

சிவனடியே சிந்திக்கும் சிவஞானம்:

அன்பும் அறிவும் செம்பாகம் கலந்துள்ள ஞானநெறியே முக்திபெறும் சாதனங்களில் சிறந்தது. இதனை 'ஞானம் ஈசன்பால் அன்பே' என்பார் சேக்கிழார். அனுபவத்தினாலும் கற்றதனாலும் பெறுவது ஞானம். ஆனாலும் சிவஞானம் என்பது அறியாமையைக் கரைத்து, மும்மலம் அறுத்து, தளை நீக்கி, இறைவன் தாள் வணங்கிப் பிறவிப் பெருங்கடல் கடந்து

இறைவனைத் துய்த்தல் ஆகும்.

இச்சிவஞானம் கைவரப் பெற்றவராய்க் கருணைக் கடலான இறைவனையே சிந்திக்கும் இயல்பினை உடையவராய்ப் புனிதவதியார் திகழ்கிறார். தன் கணவன் பரமதத்தன் தன்னை வழிபட்டுத் தெய்வத் தன்மை வாய்ந்தவராகக் கருதவும், தன் கணவர் பொருட்டு அமைந்த தனது தசைப் பொதியினைக் கழித்துச் சிவபெருமானின் திருவடிகளைப் போற்றி நிற்கும் கணங்களில் ஒன்றான பேய் வடிவினை ஏற்றார். இந்நிலையில் சிவபெருமான் அருளப் பேய் வடிவம் வாய்க்கப் பெற்ற புனிதவதியார் வானுலகம், மண்ணுலகம் போற்றும் பேறு பெற்றார். சுற்றத்தவர் அஞ்சி அகன்றனர். புனிதவதியார் சிவனடியே சிந்திக்கும் சிவஞானம் உடையவராய் இறைவனைப் போற்றினார்

ஈங்கியவன் குறித்த கொள்கை இதுஇனி
இவனுக்காகத் தாங்கிய வனப்புநின்ற
தசைப்பொதி கழித்து
ஆங்குநின் தாள்கள் போற்றும்
பேய்வடிவ அடியேனுக்குப்
பாங்குற வேண்டும் என்று பரமர்தாள்
பரவி நின்றார்

(திருத்தொண்டர் புராணம், பா.50)

எனவும்,

ஆன அப்பொழுது மன்றுள் ஆடுவார் அருளினாலே
மேல்நெறி உணர்வுகூர வேண்டிற்றே பெறுவார் மெய்யில்
ஊனுடை வனப்பை எல்லாம் உதறிஎற் புடம்பேயாக
வானமும் மண்ணும் எல்லாம் வணங்குபேய் வடிவம் ஆனார்

(திருத்தொண்டர் புராணம், பா.52)

எனவும் சேக்கிழார் குறித்தருள்கிறார்.

வானுலகு மண்ணுலகு வணங்கும் பேய்வடிவு தனக்கு வாய்க்கப் பெற்றது குறித்துப் பெருமிதம் அடையும் புனிதவதியார்,

பெறினும் பிறிதுயாவதும் வேண்டேம் எமக்கீது
வறினும் உறாதொழியு மேனுஞ் சிறிதுணர்த்தி
மற்றொருகண் நெற்றிமேல் வைத்தான்றன் பேயாய்
நற்கணத்தி ஒன்றாய நாம்

(அற்புதத் திருவந்தாதி, பா. 86)

என மகிழ்கின்றார். இவ்வாறு ஒரு நெறிய மனத்துடன் சிவ ஞானம் ஒன்றையே கொண்டவராய் விளங்குகின்றார்

ஊழி முடிவில் உடம்பின்றிச் சிறிதே உணர்வு மாத்திரமாய் இருக்கும் உயிர்களே சிவப்படைகளாகக் கூறப்படுகிறது. எனவே பௌதீக உடம்பு நீங்கிச் சிவனைச் சார்ந்திருக்கும் உயிர்களும் அவையாகவே விளங்கும். இஞ்ஞானம் வாய்க்கப் பெற்ற அம்மையார் இத்தகைய பேய் வடிவம் தனக்குக் கிடைத்த நற்பேறு எனக் கூறி மகிழ்ந்தார்

பேரருள் உடையவனை அடைக்கலமாகக் கொள்ளுதல்:

எல்லா உயிர்களிடத்தும் எப்போதும் குறையாத கைம்மாறற்ற பெருங்கருணை உடையவன் இறைவன். தனியாக் காதலுடன் பணிவோர் வினையகற்றும் பான்மையினன். இத்தகு பேரருள் தன்மை உடையவனிடம் தன்னை அடைக்கலப்படுத்திக் கொள்ளும் பக்தி நிலையில் உள்ளமும் உணர்வும் ஒன்றிய நிலையில் காணப்படுகிறார். எனவே தாயின் தன்மையினையும் தந்தையின் கருணையினையும் கொண்ட இறைவன் அன்பிற்கு மட்டுமே ஆட்படுவான் என்கிறார்

இத்தகு இறைவனை,

கிளர்ந்துந்து வெந்துயர் வந்தகும் போதஞ்சி நெஞ்சமென்பாய்த்
தளர்ந்திங் கிருத்தல் தவிர்தி கண் டாய்தள் ராதுவந்தி
வளர்ந்துந்து கங்கையும் வானத் திடைவளர் கோட்டுவெள்ளை
இளந்திங் களும்எருக் கும்இருக் குஞ்சென்னி ஈசனுக்கே

(திருஇரட்டைமணிமாலை, பா.1)

என வாழ்த்துகிறார். அதாவது பேரருள் தன்னை வாய்ந்தவனான இறைவனை மனம் சலியாது வணங்குவாரைத் துயர்வந்து

எக்காலமும் அணுகாது என்று கூறி இறைபக்தியில் விஞ்சி நிற்கிறார்.

பக்தியில் வேண்டுதல்:

வானநாடரும் அறியொணாத கற்பனை கடந்த சோதியாக விளங்குபவன் இறைவன். அவனது கரையில்லாக் கருணை மாக்கடலில் மூழ்கி இன்பம் கண்ட அம்மையார், இறைவன் மீது கொண்ட இடையறாப் பக்தியின் சிறப்பினை, ஞானக் கரும்பின் தெளிவினை உணர்த்துகிறார். பக்தியினால் இறைவனது திருவடிக்கே காதலாகிக் கசிந்து, கண்ணீர் மல்கி உருகிப் பாடுகிறார். கருணையே உருவாகி நின்றவனின் பாதங்களில் விழுந்து வேண்டுகிறார். இறைவன் உறைந்துள்ள கயிலை மால்வரையைக் காலால் மிதித்தல் கூடாது என்ற கருத்துடன் தலைமேல் நடந்து சென்று, இறைவனாலே 'அம்மையே!' என அழைக்கப்படும் பேற்றினைப் பலவாறு எடுத்துரைக்கின்றார். தமது பாருருவாகிய பிறப்பு அற, ஓருருவாய திருவருள் காட்டி, தன்னை இறை இன்பத்துள் அழுத்துவித்த முடிவில்லா முதல்வோனின் தாளை வணங்கிப் பக்தியினால் வேண்டுகிறார். அறவா! நீ ஆடும்போது உன் அடியின் கீழ் இருக்க வேண்டும் எனத் தன் விருப்பினைக் கூறி, அவ்வாறே அவ்விருப்பினை இறைவன் ஆலங்காட்டில் அருளிய பான்மையினையும் புலப்படுத்துகிறார்.

பக்தியின் மாட்சி:

பக்திப் பரவசத்தால் பலகாலும் இறைவனது திருவடியைப் பற்றிப் பாடிப் பரவசப்படுகிறார். இறைவனது திருவடிக்கே அகங்குழைந்து நெக்குருகி, உள்உருகி, நின்றும், இருந்தும், கிடந்தும், தொழுதும், அழுதும், வணங்கியும் வாழ்த்துகிறார்.

நெஞ்சக் கனகல்லும் நெகிழ்ந்து உருக, பொன்னே திகழும் மேனியான் கழலையே சிந்தித்தவர் காரைக்காலம்மையார். இவரின் பக்திப் பிரவாகத்தில் திளைத்த இறைவன், இவரை ஆட்கொண்டு அவர் தம் உள்ளம் உருகிப் பாடிட அருள்புரிந்தார். இதன் மூலம் காரைக்காலம்மையார் இறைவன் மீது கொண்ட பக்திச் சிறப்பினை உணர முடிகின்றது.

12. இன்றைய வாழ்க்கையில் இலக்கியம்

(கவிதை வழி)

முன்னுரை:

சமுதாயம் என்பது மக்கள் தொகுதி. பல குலங்களின் தொகுப்பு. பல குடும்பங்களின் கூட்டுறவு. குடும்பம் என்பது ஆண், பெண் இருபாலாரை உள்ளடக்கியது. நிகழ்காலச் சமூதாய வாழ்வை, குடும்பக் காட்சிகளை, பெற்றோர் மக்கள் உறவுகளைக் கவிஞர் வைரமுத்து தமது கவிதைகளில் பதிவு செய்திருக்கும் பாங்கினை விளக்குவதே இக்கட்டுரையின் நோக்கமாகும்.

காலவுணர்வில் ஆய்வு:

தன்னைப் பாதுகாத்துக் கொள்க, தற்கொண்டானைப் பேணுக என அய்யன் திருவள்ளுவனும், ஈன்று புறந்தருதல் பெண்ணின் கடன் எனப் புறநானூறும் கூறி இருப்பதை நோக்க பெற்றுப் போடுவதும் பேணி வளர்ப்பதும் தான் பெண்ணுக்குரியதோ எனக் கருதுவது காலவுணர்வின்றிக் கூறும் கூற்றாகும். இன்றைய கல்வி, அறிவியல் வளர்ச்சிக் கண்ணோட்டத்தில் அன்றைய கருத்துரைகளை அணுகாது இன்றெழுந்த கவிதை முதலிய படைப்புகளில் இக்காலச் சூழலுக்கேற்பப் பெண்மொழிகள் உள்ளனவா என்றாய்தல் நலம்.

மாற்றமே கரு:

காலங்காலமாக அடிமைத் தளையால் கட்டப் பட்டிருந்தமை உண்மைதான். மாற்றம் எழும் காலம் ஒன்று

வரும் என்பதற்கு ஏற்ப, சொல்லிலும் செயலிலும் மாற்றத்தை ஏற்படுத்தியோர் ஈரோடு இராமசாமிப் பெரியார். பெரியாரின் சிந்தனைகளுக்குச் சட்ட வடிவம் தந்தவர் பேரறிஞர் அண்ணா. செயல் வடிவுக்குக் கொண்டு வந்து கொண்டிருப்பவர் கலைஞர். இலக்கியத்தில் பதிவு செய்தவர் பாவேந்தர் பாரதிதாசன். திராவிட இயக்க வகை இலக்கிய, மொழிச் சிந்தனைகளில் தங்கள் கவிதைப் படைப்புகளைச் செலுத்திக் கொண்டிருப்போர் வரிசையில் கவிப்பேரரசு வைரமுத்துவும் ஒருவர்.

கவிதை உணர்வுக் கலை:

"உள்ளதை உள்ளவாறு உரைக்காமல், உள்ளதை உணர்ந்தவாறு உரைக்கும் உன்னத கலை கவிதைக் கலை" என்று பேராசிரியர் முனைவர். சி. பாலசுப்பிரமணியம் கூறியுள்ளார் கவிஞன் தான் அனுபவித்த ஓர் உணர்ச்சியைப் பிறரும் பெறவே கவிதை புனைகிறான். இவ்வனுபவ வெளியீட்டில் வாழும் கால நிகழ்வுகள் இடம் பெறவே செய்யும். உடனிகழ் காலவுணர்வு உணர்ச்சிப் பாங்குடன் அமைவதால் வாழ்வியல் செய்திகள் பதிவாகின்றன. "உள்ளடக்கத்துக்கும் உருவத்திற்கும் பொருளாகவும் சாதனங்களாகவும் கொண்டு புதுக்குரலில் ஒலிப்பதுதான் இன்றைய புதுக்கவிதை" என்பது திறனாய்வாளர் சி.சு. செல்லப்பா கருத்தாகும். இன்றைய வாழ்வியலைத் துல்லியமாக வெளிச்சம் போட்டுக் காட்டிய கவிஞர் வைரமுத்து தமிழ்நாடு தேனி மாவட்டம் மெட்டூரில் அங்கம்மாள் இராமசாமி தம்பதியர்க்கு *1953* ல் பிறந்தவர். எழுபதுகளில் தமிழ் நாட்டில் வாழ்வியல் இருந்தமையையும் இன்றுவரை உணர்வதையும், அனுபவித்ததையும் எழுதி வருகிறார்.

ஒரு குடும்பக் காட்சி:

மனத்தை இரும்பாக்கிக் கொண்டு ஒரு பணக்கார விதவனை மணக்க உடன்படும் கன்னிப் பெண் ஒருத்தியைக் கவிதையில் காட்டுகிறார் கவிஞர் வைரமுத்து. தாய் ஒரு வீட்டில் வேலைக்காரி. தந்தையோ தாயின் தாலியை விற்றுக் குடிக்கும் குடிகாரன். நண்பனுக்குத் தங்கையைக் காட்டிக் காசு பறிக்கும் அண்ணன். மணமான அக்காளோ மணக் கொடை

சரியில்லை என மணவாளனால் அடித்து விரட்டப்பட்டு பிறந்த வீட்டில் வாழாவெட்டியாக உள்ளாள். வேலைக்குச் சென்று தன் வாழ்க்கையைச் சரி செய்து கொள்ளலாமென்றாலோ அதிகாரியின் காமக் கண்களுக்கு விருந்தாகும். நிலை. இச் சூழலில் தான் பொருந்தா மணத்திற்கு உடன்படுகிறாள் கன்னிப் பெண். அவள் கூற்றில்,

"என் ஆகாயம் அபகரிக்கப்பட்டதில்
சிறகுகள் வெட்டியெறிந்தேன்
கால்கள் வலிமை செய்தேன்
பெண்மையின் மென்மை துரத்தி
இறுகி இறுகி இரும்பானேன்"

(கொஞ்சம் நிறைய வானம் தேரீர் ப.63)

என்ற வைர வரிகளில் ஒரு பெண்ணின் உணர்வு சித்தரிக்கப் படுகிறது.

தவணையில் தாய்ப்பாசம்:

இன்று இருபாலாரும் அலுவலகப் பணிக்குப் போவதால் ஞாயிறன்று மட்டுமே குழந்தைகளுடன் கொஞ்ச முடிகிறது. இவ்வாழ்வியல் நிலையை,

"அன்புக்கு நேரமில்லை
ஆதலால்
காட்டவேண்டிய பாசத்தை
அவள்
ஞாயிற்றுக் கிழமைக்குத்
தள்ளிப் போடுகிறாள்"

(இன்னொரு தேசிய கீதம் பக். 46-47)

எனக் கவிஞர் விளக்குகிறார். இங்கும் பெண்மையின் தாய்மையே பேசப் பெறுகிறது. புறப் பணிக்குச் செல்லும் மகளிர் விழிப்போடு செயல் பட வேண்டியுள்ளது. பேருந்து நெரிசல்களில் ஏற்படும் உரசல்கள், அலுவலகங்களில் ஏற்படும் பணிச் சுமைகள், எரிந்து போன விளக்குகளாய் வீடு சேர வேண்டிய நிலை ஏற்படுகிறது. கவிஞர் நகர வாழ்வில் நங்கையர்க்கு ஏற்படும் சிக்கல்களை எடுத்துரைக்கிறார்

காலம் வரும் காத்திரு:

"துன்பம் என்றும் ஆணுக்கல்ல அது
இது ஆண் தேசமே
பெண்மை அரசாளும்
ஒரு காலம் வருமே"

(தொகுதி 1, பா.112) எனவும் கூறி கனியும் காலம் ஒன்று உண்டு என எதிர்காலவியலில் பெண்ணினத்திற்கு ஊக்கம் தருகிறார்

பணிமகளிர்க்குப் பெற்றோரால் சிக்கல் :

மாத ஊதியம் பெறும் மகளுக்குத் திருமணம் செய்து வைப்பதைத் தள்ளிப் போடும் ஏழைப் பெற்றோராலும் சிக்கல் ஏற்படுகிறது.

"ஒண்ணாந்தேதி அமுத சுரபிகள்
வைத்திருப்பதால்
சில பெற்றோர்கள் அவர்களை
மணிமேகலையாய்
மாற்றிவிட்டனர்"

என்று கவிஞர் தாம் தமிழ்ப் படித்த தன்மையால் மணிமேகலைக் காப்பியச் செய்தி கூறி மகளிர் சிக்கலை விளக்குகிறார்

சமுதாய அக்கறை :

"இன்றைய சமுதாயம் ஏழை, பணக்காரர், உழைப்பாளி, உழைப்பைச் சுரண்டுவோர் என முரண்பாடுகளைக் கொண்டிலங்குகிறது.

சமுதாயத்தைச் சீர்குலைக்க வரும் கேடுகளை அழிப்போம் என அழைக்கிறார் வைரமுத்து,

".....நிகழ்காலத்தீயில்
தேசம் கருகும் போது
நிச்சயமாக நாங்கள்
நீரோக்கள் அல்ல!
பேனாக்கள் எமக்கு
பிடில்களும் அல்ல"

எனச் சமுதாய அக்கறையுடன் இன்றைய வாழ்வுச் சிக்கலைக் கண்டு பொங்கி எழுந்து நீரோ போல இருக்க மாட்டோம் என அறைகூவல் விடுகிறார் இன்றைய வாழ்வுச் சிக்கலைக் கூறி விடுவிக்க வழியும் கூறி விடுகிறார்

முடிவுரை :

மனிதநேயம் ஒன்றே அனைத்துச் சிக்கலுக்கும் வடிகால் என்பது கவிஞர் வைரமுத்துவின் கருத்து. பசியும் பிணியும் இல்லாத பண்பாட்டை வாழ்வில் நிலை நிறுத்த மனித நேயச் சிந்தனை ஒன்றே வழி வகுக்கும் என்பது கவிஞரின் கவிதைப் படைப்பின் கனிச் சாறாகும்.

13. பத்துப்பாட்டில் சில குறிப்புகள்

முன்னுரை:

இலக்கியம் என்பது படைப்பாளி தான் வாழ்ந்த காலத்தில் சூழல், தான் பெற்ற அனுபவம், தாக்கம் இவைகளின் பின்புலத்தில் தன் ஆளுமைத் திறனுக்கு ஏற்பப் படைப்பை உருவாக்குகிறான். இந்த படைப்புகள் காலந்தோறும் வடிவம், உள்ளடக்கம், உத்தி முதலான கோட்பாட்டின் அடிப்படையில் வடிக்கப்பட்டு பழைய வாழ்வைப் பிரதிபலிக்கும் விதமாக சங்க இலக்கியம் சிறப்பாகத் திகழ்கிறது.

சங்க இலக்கியம் பத்துப்பாட்டு பண்டைய நாகரிகத்தை விளக்கிக் காட்டும் ஒளி விளக்கு, பத்துப்பாட்டின் பெருமையை,

> "பத்துப் பாட்டாதி மனம் பற்றினார் பற்றுவாரோ
> எத்துணையும் பொருட்டு இசையும் இலக்கணமில்
> கற்பனையே"

என்ற பாடல் மூலம் அறியலாம்.

பத்துப்பாட்டு விளக்கம்:

> "முருகு பொருநாறு பாணிரண்டு முல்லை
> பெருகு வள மதுரைக் காஞ்சி மருவினிய
> கோலநெடு நல்வாடை கோல் குறிஞ்சிப் பட்டினப்
> பாலை கடாத்தொடும் பத்து"

என்ற வெண்பா பத்துப் பாட்டுகளின் நூல்களை வரிசைப்படுத்திக் காட்டுகிறது.

இப்பத்துப் பாட்டில் திருமுறுகாற்றுப்படை, பொருநர் ஆற்றுப்படை, மலைபடுகடாம் போன்றவை ஆற்றுப்படை நூல்கள் எனவும், முல்லைப்பாட்டு, குறிஞ்சிப்பாட்டு, பட்டினப்பாலை ஆகியன மூன்றும் அகப்பொருள் பற்றியும்,

மதுரைக்காஞ்சி புறப்பொருள் பற்றியும், நெடுநல்வாடை அகம், புறம் இவையிரண்டையும் பற்றி விளக்கமாக எடுத்துரைக்கிறது.

பத்துப்பாட்டில் சில குறிப்புகள்:

இரண்டாயிரம் ஆண்டுகளுக்கு முன்புள்ள தமிழகத்தின் வறட்சியற்ற நிலையையும் வாழ்க்கை முறையையும் அரசாட்சியையும் அறிந்து கொள்ள உதவும் அறிய நூலான பத்துப்பாட்டில் இடம் பெறுவன.

சிவன், திருமால், பலதேவன், முருகன், காளி முதலான தெய்வங்களுக்கு, சிறந்த வீரர்களுக்குக் கல்நாட்டி தெய்வமாக வணங்கும் வழக்கமும் வேதங்களும், வேதம் ஓதும் முனிவர்களும், துறவிகளும், அந்தணர்களும், சந்நியாசிகளும் கூறும் போதனைகளைப் போற்றும் வழக்கத்தின் மூலம் மதவெறுப்பு மக்களிடம் கிடையாது என்பது புலனாகிறது.

மலைகளிலும் காடுகளிலும் இருந்து கிடைக்கும் காய், கனி, கிழங்கு வகைகளும், மலைச்சாரலிலிருந்து கிடைக்கும் தினை, வரகு, நெய் முதலான தானியங்களும், ஆடு, பன்றி, மான், உடும்பு, கோழி, மீன் முதலான உணவுகளும், பால், தயிர், மது முதலான பானங்களும் அருந்தி மக்கள் மகிழ்ச்சியுடன் இருந்தனர் என்பதிலிருந்து உணவு முறைகளை அறிய முடிகிறது.

பொன், வெள்ளி, முத்து, மாணிக்கம் ஆகியவற்றால் ஆன செல்வங்களும், இரும்பு, செம்பு, உலோகத்தாலான இசைக் கருவிகளும் சிற்பம் ஓவியம் முதலான தொழில்களும் சிறந்து விளங்கின என்பதன் மூலம் தொழில் முறையைக் காண முடிகிறது.

அந்தணர், அரசர், வணிகர், வேளாளர், வலைஞர், எயினர், கானவர், ஆயர், மறவர், பொருநர், பாணர், கூத்தர் முதலான பிரிவினர்கள் இருந்தனர். இப்பிரிவுகள் செய்யும் தொழில் பற்றியும் வாழும் இடம் பற்றியும் வந்தவையே ஆகும்.

மக்கள் ஏறிச் செல்வதற்கான ஊர்திகளும் பண்டங்களை ஏற்றிச் செல்வதற்கான வண்டிகளும், கடலிலே பிரயாணம் செய்யும் கப்பல்களும், தோணிகளும் இருந்தன என்பதிலிருந்து

உள்நாட்டு வாணிபமும் வெளிநாட்டு வாணிபமும் உயர்ந்திருந்தன என்பது புலனாகிறது.

வானை முட்டும் மாளிகைகளும், கோட்டை கொத்தளங்களும், நடுத்தர மக்களின் வீடுகளும், வறியோர் வாழும் குடிசைகளும் இருந்தன என்பதில் ஏற்றத் தாழ்வற்ற வாழ்க்கை முறையைக் காண முடிகிறது.

விருந்தினரை உபசரிக்கும் பண்பு காணப்பட்டது. பருத்தி விளைவுக்குப் பஞ்சம் இல்லை என்பதை அங்கு நெய்கின்ற ஆடைகள் மூலம் காண முடிகிறது.

அரசனின் அரண்மனை செங்கோல் ஆட்சி முறையோடு கலைஞர்களுக்கும், புலவர்களுக்கும் கலைகளையும் கவிதைகளையும் வளர்க்கும் புகலிடமாகவும் இருந்தன.

முடிமன்னர்கள், குறுநில வேந்தர்கள், வீரத்தையும் புகழையும் விரும்பியே போரிட்டனர். அடங்காதவர்களை, அடக்குவதற்காகவும் கொடுமைப்படுத்தும் கொடுங்கோலர்களை எதிர்க்கவும் போரிட்டனர்.

அன்பு, நல்லொழுக்கம், மரியாதை, உதவும் தன்மை ஆகிய மனிதத் தன்மையின் அடையாளங்களைப் பத்துப்பாட்டிலே காணலாம்.

வழிபாடு:

வருணன் என்னும் கடல் தெய்வத்தைச் சுறாவின் கொம்பில் ஏற்றி வழிபடுதல் மரபு. அவ்வகையில் கடலில் செல்வோர் சுறாமீன்களால் தங்களுக்கு எந்த வகையிலும் இடையூறு ஏற்படாமல் அத்தெய்வம் காக்கும் என நம்பி வழிபாடு நடத்தியுள்ளனர். இவ்வழிபாட்டினைப் பரதவர் சினைகளையுடைய சுறாமீன் கொம்பை நட்டு, அதில் வலிமையான தெய்வத்தை நிறுத்தி வணங்கி உள்ளனர். இத்தகையதை,

"சினைச் சுறவின் கோடு நட்டு
மனைச் சேர்த்திய வல் அணங்கினான்
மடல் தாழை மலர் மலைந்தும்"

(பட்டாலை 87-89)

என்ற பாடல் வரிகளால் உணர முடிகின்றது.

பழக்க வழக்கம்:

வெறியாட்டு எடுத்தலுக்கு உரிய முருகனைக் கோயில்களில் நிறுத்தி வழிபடுவர். மேலும், பலரால் வணங்கப்படும் தெய்வங்களுக்கும் புகார் நகரில் விழாக்கள் நடைபெறும். மகளிரின் பாடல்களுக்கு ஏற்பக் குழல், யாழ், முழவு போன்ற கருவிகள் இசையை உண்டாக்கின. இவற்றை,

"குழல் அகவ யாழ் முரல
முழவு அதிர முரசு இயம்பு
விழவு அறா வியல் ஆவணத்து"

என்ற வரிகளால் காண முடிகின்றது. மேலும் மகளிர் மாடங்களில் உள்ள சாளரங்களைச் சார்ந்து நின்று வீதிகளில் நடைபெறும் விழாவினைக் காண்பர். தெய்வத்தை மகிழச் செய்வதற்காக மலரணிந்த வீட்டு வாசலில் பலரும் வணங்கும் கொடிகள் கட்டப்பட்டன. தெருவின் இருபுறமும் கொடிகள் பறக்க விடப்பட்டன. இவ்வகையில் மக்களின் பழக்க, வழக்கத்தை விழாக்காட்சிகள் வாயிலாகக் காண முடிகின்றது.

முடிவுரை:

சங்க இலக்கியங்களில் உவமைகள் சொல்லிவல் பானும் பொருள் அமைப்பால் தனித்துவம் பெற்று விளக்கின. மேலும், கலித்தொகையில் உள்ள உவமைகள் ஒவ்வொன்றும் அக்கால மக்களின் எண்ணங்கள், புலவர்களின் மனநிலை போன்றவற்றை அனைவரும் ஏற்றுக் கொள்ளத்தக்கப்படி உவமைகள் காட்டப்பெற்றன.

மேலும், முல்லைப்பாட்டு சங்க கால மக்களின் நம்பிக்கைகள், போர்முறைகள், இயற்கையோடு இணைந்த தன்மை முதலானவற்றைக் கலை நுட்பத்துடன் எடுத்துக்காட்டுகிறது.

இவ்வாறு மனித வாழ்வில் பல்வேறு நிலைகளைப் பல்வேறு கோணங்களில் எடுத்து, சங்க கால மக்களின் வாழ்வியல் பற்றி கூறிய சங்க இலக்கியம், ஓர் அறிவுப் பெட்டகம் என்றால் அது மிகையாகாது.

14. இளங்கோவடிகளின் கொங்கச் செல்வி

முன்னுரை:

செந்தமிழைச் செழுந்தமிழாக்குவன இலக்கியங்கள் ஆகும். அந்த இலக்கிய உலகில் ஐம்பெருங்காப்பியங்கள் தமிழன்னையின் அணிகலன்களாகத் திகழ்கின்றன. ஐம்பெருங்காப்பியங்கள் முதலான சிலம்பினை முத்தமிழ் காப்பியம், நாடகக் காப்பியம், உரைநடையிட்டுப் பாட்டுடை செய்யுள், குடிமக்கள் காப்பியம் என பல்வேறு பெயர்களால் பாராட்டுவர் சான்றோர். இத்தகைய பெருமைக்குரிய சிலம்பினை இளங்கோ தான் முடியரசு பரம்பரையில் பிறந்தாலும், குடிமக்களைப் பாடிப் பரவுதல் வேண்டும் என்ற புதுமைப் படைத்தவர் ஆவார். இத்தகைய புரட்சிக்கு வித்திடக் காரணமாக இருந்தவள் கொங்கச் செல்வி ஆவாள். அவளது பெருமையைக் குறித்து இக்கட்டுரை விரிகிறது.

சிலப்பதிகாரத்தில் தலைமை மாந்தர்கள்:

காப்பியப் பெருங்கோயிலைக் கவிஞன் ஆக்குவதற்குச் சிறந்த கதையமைப்பு மட்டும் இருந்துவிட்டால் போதாது. உயிரோட்டமுள்ள சிறந்த பாத்திரப் படைப்புகளாலேயே காவியம் காலங்கடந்து வாழும். கற்போர் உள்ளத்தையெல்லாம் கொள்ளை கொண்டு காவியச்சுவை நல்கும். காப்பியத்திற்குப் பொலிவும், உணர்ச்சியும் ஊட்டுவதோடு வாசகருக்குச் சுவையூட்டி மகிழ்ச்சிப்படுத்தப் பாத்திரங்களே துணை செய்கின்றன. அன்றியும் கவிஞன் தன் உணர்ச்சியை வெளியிடும் களனாகவும் உள்ளன இப்பாத்திரங்கள் என்பர் டாக்டர். ஞானமூர்த்தி அவர்கள். இப்பாத்திரங்கள் முன்னரே சமுதாயத்தில் வாழ்ந்து வந்தவர்கள் ஆதலின் அவர் தம் படைப்பில் வரலாற்றுச்

சாயலும், மரபின் பிரதிபலிப்பும் காணப்படும். பன்முகப்பட்ட பாத்திரப்படைப்பு பல்வேறு வகையான தனிமனிதப் பண்பின் உருவாக்கமாக அமையும்.

காப்பியத்தலைமை மாந்தர் தம் படைப்பு, நற்பண்புகள், ஒழுக்க நலன் உயர்வு, அறவுணர்வு முதலானவற்றைப் பெற்று சாதாரண மனிதர்களிலிருந்து வேறுபட்டு அமையும் என்பர் டாக்டர்.வி.ஐ சுப்பிரமணியன் அவர்கள்.

எனவே காப்பியத்தில் இடம் பெறும் தலைவன் தன்னிரகற்றுத் திகழ வேண்டும். பெரும்பாலான காப்பியத் தலைவர்கள் தனக்கு நிகர் தானே என்னும் படியே விளங்குகின்றார்கள். சிலப்பதிகாரத்தில் கண்ணகி, கோவலன், மாதவி ஆகிய மூவரும் தலைமை மாந்தர்களாகத் திகழ்கின்றார்கள் என்றாலும் கண்ணகியே காப்பியம் முழுவதும் ஓடியாடிச் செயல்படுவதோடு மிகுந்த இடம் பெற்றுக் காப்பிய நிகழ்ச்சிக்கே மையமாக தலைமையாக விளங்குகின்றாள். மேலும் காப்பியத்தில் கண்ணகியே முதன்முதல் அறிமுகம் ஆகின்றாள். இதற்கு அமைதி கூறும் அரும்பத வுரையாசிரியர் இவளை முன் கூறிற்றுதா கதைக்கு நாயகியாதலின் என்கின்றார். காப்பியம் உணர்த்தும் நோக்கம் மூன்று என்று பதிகம் சொன்னாலும் உரைசால் பத்தினியை உணர்ந்தோரெல்லாம் வணங்க வேண்டும் என்பதே காப்பியத்தின் தலையாய நோக்கமாகும். இதற்கென்றே படைக்கப் பெற்ற கண்ணகி காப்பியத் தொடக்கம் முதல் இறுதிவரை கற்பரசியாகவே விளங்குகின்றாள். காப்பியம் முழுவதும் கற்புக்கூடம் பூண்ட பொற்புடைத் தெய்வத்தின் கற்பு விளங்கக் காணலாம்.

இத்தகு உயர்ந்த காப்பிய நாயகிக்குரிய கணவனாகக் கோவலன் காப்பியத்தில் இடம் பெற்றுள்ளான். மாதவி கோவலனின் காதல் மனைவியாக ஆடல், பாடல், அழகு ஆகிய மூன்றிலும் ஒருங்கே சிறந்த கலையரசியாக விளங்குகின்றாள். இவ்வகையில் இம் மூவரும் சிலப்பதிகாரத்தின் தலைமை மாந்தர்களாகத் திகழ்கின்றார்கள்.

அறிமுகம்:

இளங்கோவடிகள் தம் காப்பியத்தில் முதற்கண் கண்ணகியை அறிமுகப்படுத்துகின்றார்

“மாகவான் நிகர்வண்கை மாநாய்கன் குலக்கொம்பர்
ஈகைவான் கொடியன்னாள் ஈராறாண் டகவையாள்தூ
அவளுந்தான்,
போதிலார் திருவினாள் புகழுடை வடிவென்றும்
தீதிலா வடமீனின் திறமிவள் திறமென்றும்
மாதரார் தொழுதேத் வயங்கிய பெருங்குணத்துக்
காதலாள் பெயர்மன்னுங் கண்ணிக யென்பாள்”

(மங்கல வாழ்த்துப் பாடல், வரிகள் :2329)

கார்மேகம் போன்ற கைம்மாறு கருதாதுதவும் கடப்பாடுடையவன் மாநாய்கன் அவனுடைய குலம் தழைக்க வந்த பூங்கொடியே கண்ணகி, அவள் அழகில் இலக்குமி போன்றவள் கற்பில் அருந்ததியை ஒத்தவள் குணத்தில் மாதரார் தொழுதேத்தும் சிறந்த குணங்களைப் பெற்றிருப்பவள் என அவளை அறிமுகப்படுத்தும் பொழுதே அவள் அழகு, கற்பு, குணம் ஆகியவற்றைச் சிறப்பிக்கின்றார் இளங்கோவடிகளார்.

இல்லற வாழ்க்கை:

நீல விதானத்து நித்திலப் பூம்பந்தர்க் கீழ்ப் பல்வகை வாத்தியங்கள் முழங்க, மாமுது பார்ப்பான் மறைவழி காட்டிடப் பல்லோரும் வாழ்த்த கண்ணகி, கோவலன் திருமணம் நிகழ்ந்தது. கண்ணகியும் கோவலனும் எழுநிலை மாடத்தின் இடைநிலத்தில் இருந்த பொழுது பலவகைப் பூக்களின் மணத்துடன் கூடித் தென்றல் வந்துற இருவரும் மகிழ்ச்சி மிக்க நிலாமுற்றத்தை அடைந்தனர். இருவருடையதாரும், மாலையும் ஒன்றோடொன்று மயங்கின. கோவலன் தீராக் காதலுடன் கண்ணகியின் அழகு நலங்களையெல்லாம் நயமுடன் எடுத்துரைத்தான்.

“மாசறு பொன்னே! வலம்புரி முத்தே!
காசறு சிரையே! கரும்பே! தேனே!
அரும்பெறற் பாவாய்! ஆருயிர் மருந்தே!

பெருங்குடி வாணிகன் பெருமட மகளே!
மலையிடப் பிறவா மணியே யென்கோ!
அலையிடப் பிறாவ அமிழ்தே யென்கோ!
யாழிடைப் பிறவா இசையே யென்கோ!
தாழிருங் கூந்தல் தையால்"

(மனையறம் படுத்த காதை வரிகள் : 73-80)

என உலாவாக் கட்டுரை பல பாராட்டிக் கண்ணகியை உல்லாசபுரிக்கு அழைத்துச் சென்றான் கோவலன். பூங்கொத்துக்களையுடைய கோதை போன்று விளங்கிய கண்ணகியுடன் இன்பத்தில் திளைத்தான் கோவலன். காமனும், ரதியும் போலக் காதலால் ஒருவர் ஒருவரிற் கலந்து இன்பம் துய்த்தனர்.

முதல் துன்ப நிகழ்ச்சி:

சிலப்பதிகாரம் அவலக் காப்பியமாகும். கண்ணகி தலைசிறந்த அவலப் பாத்திரமாகப் படைக்கப்பட்டுள்ளாள். கண்ணகியுடன் சில ஆண்டுகளே கூடி வாழ்ந்த கோவலன். மாதவியின் கலை அழகிலும், காதல் நலத்திலும் மிக்க விருப்பமுடையவனாய் மாதவி மனையிலேயே தங்கிவிட்டான். கணவனைப் பிரிந்த கண்ணகியோ துயரத்தால் வருந்தினாள். அவள் வருத்தத்தை இளங்கோவடிகளார்

"அஞ்செஞ் சீறடி யணிசிலம் பொழிய
மென்துகில் அல்குல் மேகலை நீங்கக்
கொங்கை முன்றிற் குங்குமம் எழதாள்
மங்கல அணியிற் பிறிதணி மகிழாள்
கொடுங்குழை துறந்து வடிந்துவீழ் காதினள்
திங்கள் வான்முகம் சிறுவியர் பிரியச்
செங்கயல் நெடுங்கண் அஞ்சனம் மறப்பப்
பவள வாணுதல் கோவலன் இழப்ப
மையிருங் கூந்தல் நெய்யணி மறப்ப"

(அந்தி மாலை சிறப்புச் செய் காதை வரிகள் 47-57)

என எடுத்துரைக்கிறார். இதுவே கண்ணகி வாழ்வில் நிகழ்ந்த

முதல் நிகழ்ச்சி. இவள் திருமணத்தின் போது காதலர் பிரியாமல் கவவுக்கை நெகிழாமல் தீதறுக என வாழ்த்தியது கண்ணகி வாழ்வில் ஏற்படும் அவலத்திற்கு இட்ட வித்தாகும். அந்த வித்து இங்கு தான் முளைத்து வளர ஆரம்பிக்கிறது.

கற்பின் திண்மையாள்:

கணவனைப் பிரிந்தாலும் மிக்க வருத்தமுற்றாலும் மனத்திட்ப முடையவளாகத் திகழ்கின்றாள் கண்ணகி. கற்பின் தன்மையை அவளிடத்திலே காண முடிகின்றது. கண்ணகியின் பார்ப்பனத் தோழி தேவந்தி அவள் படுந்துயர் பொறாது, காவிரி கடலோடு கலக்குமிடத்தில் சோமகுண்டம், சூரிய குண்டம் என்று இரண்டு தடாகங்கள் இருக்கின்றன. அவற்றில் மூழ்கிக் காமன் கோயிலைப் பணிந்தால் நீ உன் கணவனை விரைவில் பெற்று இணைந்து வாழ்வாய் எனக்கூறி கண்ணகியை அழைத்தாள்.

கண்ணகியோ

"தெய்வம் தொழாஅள் கொழுநற் றெழுதெழுவாள்
பெய்யெனப் பெய்யும் மழை"

(திருக்குறள் எண் : 55)

என்னும் வள்ளுவத்திற்குச் சிறந்த எடுத்துக்காட்டாகத் திகழ்பவள். பிரிந்த கணவனை மீண்டும் பெற வேண்டும் என்பதற்காகப் புற ஆற்றலாகிய தெய்வத்தின் துணையை நாடாதவள் கண்ணகி. காமவேள் கோட்டம் கை தொழுதால் பிரிந்த கணவனைப் பெறலாம் என்று தேவந்தி கூறிய பொழுது "பீடு அன்று" என இரண்டே சொற்களால் அறம் சுட்டினாள் கண்ணகி. கணவனைப் பெறுவதெனின். தன் பொறையாகிய பெருந்தவத்தால் பெறுதல் வேண்டுமே அன்றி வேறொரு கடவுளை வணங்கி அவனைப் பெறுவது பெண்மைக்குப் பீடு தராது" என அவள் உரைப்பது அவளின் கற்பின் திண்மையை உணர்த்துகின்றது.

(ம.ரா.போ.குருசாமி, சிலம்பு வழிச் சிந்தனை, பக்கம் : 45)

கொங்கச் செல்வி:

விடுதல் அறியா விருப்பினனாக வாழ்ந்த கோவலன் கானல் வரியில் மனம் மாறுபட்டு மாதவியை விட்டுப் பிரிகின்றான். கானல்வரி யான்படத் தான் ஒன்றின் மேல் மனம் வைத்து மாயப்பொய் பல கூட்டும் மாயாத்தாள் பாடினாள் என மனம் நொந்து அவளைக் கடற்கரையிலேயே விட்டுவிட்டு வந்து விடுகின்றான். கண்ணகியை அடைந்தவன்.

"சலம்புணர்க் கொள்கைச் சலதியோடு ஆடிக்
குலந்தரு வான்பொருட் குன்றத் தொலைத்த
இலம்பாடு நாணுத் தரும்எனக்கு"

(கானத்திறமுரைத்த காதை, வரிகள் : 69-71)

என நாணமுற, கண்ணகி அவசரப்படாமல் ஆத்திரப்படாமல் அமைதியாகச் சிலம்புள கொண்ம என்றாள். சிலம்பினையே முதலாகக் கொண்டு வாணிகம் செய்து இழந்த பொருள்களையெல்லாம் மீட்க மதுரைக்குச் செல்கின்றனர். வழியில் ஐயை கோயிலில் தங்கினர். அப்பொழுது தெய்வமுற்ற சாலினி,

'இவளோ கொங்கச் செல்வி குடமலையாட்டி
தென்தமிழ்ப் பாவைதூ செய்த தவக்கொழுந்து
ஒருமாமணியாய் உலற் கோங்கிய
திருமாமணி" (வேட்டுவ வரிகள் : 47-50)

என்று கூறினாள். பத்தினித் தெய்வத்தின் திறத்தை முதற்கண் பாராட்டிய பெருமை இச்சாலினிக்கே உரியது. இவ்விடத்திற் கண்ணகியைக் கொங்கச் செல்வி என்றும், குடமலையாட்டி என்றும் பாராட்டுவது உன்னத்தக்கது. இப்பகுதிக்கு உரை தந்த அரும்பத உரையாசிரியர். மேற்பட்டு இவளைத் தெய்வமாகக் கொண்டாடுமிடங் கூறியபடியாலே இவள் துர்கையாகவே சேர நாட்டில் பிறந்தாளென்றவாறு எனக் குறிப்பிட்டுள்ளார்.

கவுந்தியடிகளின் பாராட்டு

அடைக்கலக் காதையில் கவுந்தியார் கண்ணகியைப் புகழ்ந்துரைக்கின்றார். தன் கணவன் வருத்தத்திற்காகத் தான்

வருந்தித் தன் துயரைப் பொருட்படுத்தாதிருந்த கண்ணகியின் பெற்றியைப் பாராட்டுகின்றார். தன் கால்களிற் கொப்புளங்கள் உண்டாகும்படி வெயில் கொதித்த நேரத்தில் தன்துயர் காணாது கணவள கடுங்கதிர் வெம்மை தாங்காமல் வாடுவதற்காக நடுங்கித் துயரெய்தி இரங்கியுதவிய கண்ணகியின் உளப்பாங்கினைக் கவுந்தியடிகளார்

“என்னோடு போந்த இளங்கொடி நங்கைதன்
வண்ணச் சீறடி மண்மகள் அறிந்திலள்
கடுங்கதிர் வெம்மையிற் காதலன் தனக்கு
நடுங்குதயர் எய்தி நாப்புலர வாடித்
தன்றுயர் காணாத் தகைசால் பூங்கொடி
இன்றுணை மகளிர்க் கின்றி யமையார்க்
கற்புக் கடம்பூண்ட இத்தெய்வ மல்லது
பொற்புடைத் தெய்வம் யாம்கண்டில மால்”

(அடைக்கலக்காதை, வரிகள் : 137-45)

எனக் கண்ணகியைக் கற்பு தெய்வமாகப் போற்றுவதோடு அவளே இவ்வுலகில் பொற்புடைத் தெய்வம் என்றும் பாராட்டுகின்றார்

வெற்றித் திருமகள்

மதுரைக் காண்டத்தில் கண்ணகி அநீதியை எதிர்த்துப் போராடுகின்றாள். தேரா மன்னன் தன் தவற்றினை உணரச் செய்கின்றாள். அநீதியை வென்ற வெற்றித் திருமகளாக விளங்குகின்றாள்.

ஒற்றைச் சிலம்புடன் புறப்பட்ட கோவலன் ‘மாறி வருவேன் மயங்கா தொழிக’ எனக் கண்ணகியிடம் கூறிச் சிலம்பு விற்கச் சென்றான். பொற்கொல்லன் சூழ்ச்சியால் பாண்டிய மன்னனால் கொல்லப்பட்டான். அது கேட்ட கண்ணகி,

“பொங்கி எழுந்தாள் விழுந்தாள் பொழிகதிர்த்
திங்கள் முகிலோடுஞ் சேண்நிலங் கொண்டெனச்
செங்கண் சிவப்ப அழுதாள்தன் கேள்வனை
எங்கணா என்னா இணைந்தோங்கி மாழ்குவாள்”

(துன்பமாலை வரிகள்: 30-33)

எனத் துயருற்றதாக இளங்கோவடிகளார் குறிப்பிடுகின்றார்.

"காய்கதிர்ச் செல்வனே கள்வனோ என் கணவன்" எனக் கருதுகின்றாள்.

"பட்டேன் கடாத துயரம் படுகொலை
உற்றேன் உறத்து உறுவனே ஈதொன்று
கொள்ளும் விலைப்பொ ருட்டாற் கொன்றாரே"

(ஊர் சூழ்வரி, வரிகள்: 6-9)

எனத் தலைவிரி கோலமாய் கொலைக்களம் நோக்கி ஓடுகின்றாள்.

கொலையுண்ட கணவனைக் கண்டதும் கொடுந்துயரெய்தி "பெண்டிரும் உண்டுகொல் பெண்டிரும் உண்டுகொல்" எனப் பலவாறாக அழுது மயங்கி, "தீ வேந்தன்தனைக் கண்டு இத்திறங் கேட்பல் யான்" என அரண்மனை அடைந்து வாயிற்காவலனிடம் தன் வருகையை அரசனுக்கு அறிவிக்கச் செய்கின்றாள். தேரா மன்னனைத் தெளிய வைக்கின்றாள். தவறுணர்ந்த பாண்டியன் "யானோ அரசன், யானே கள்வன்" என மடிகின்றான். கோப்பெருந்தேவியும் மடிகின்றாள்.

"பட்டாங்கு யானுமோர் பத்தினியே ஆமாகில்
ஒட்டேன் அரசோடு ஒழிப்பேன் மதுரையும்"

என வஞ்சினம் வீசி, தீத்திறத்தோர் பக்கமே சென்று சேர்க எனத் தீக்கு ஆணையிட்டு, அநீதியை வென்ற வெற்றித் திருமகளாக விளங்குகின்றாள்.

பத்தினிக் கடவுளைப் பரசல் வேண்டும்:

மலைவளம் காணச் சென்ற சேரன் செங்குட்டுவனைக் குன்றக் குறவர்கள் வாழ்த்தி வணங்கிவிட்டு இக்குன்றிலுள்ள வேங்கை மரத்தின் கீழே ஒரு காரிகையாளைக் கண்டோம். ஒரு முலை இழந்தவளாகிய அவள் பெருந்துயர் எய்தியவளாகக் காணப்பட்டாள். தேவர்கள் பூமாரி பொழியக் கணவனோடு கூடி வானகஞ் சென்றாள். அவள் எந்நாட்டினைச் சார்ந்தவளோ? யார் பெற்ற மகளோ? 'நாங்கள் அறிந்திலோம்' எனத் தாம் கண்டதைக் கூறினர். செவியுற்ற சேரன் செங்குட்டுவன்

அருகிருந்த தண்டமிழ் சாத்தனாரை நோக்க அவர் மதுரையில் நடந்த கண்ணகி வரலாற்றினை எடுத்துரைத்தார். கேட்ட செங்குட்டுவன்.

“உயிருடன் சென்ற ஒரு மகள் தன்னினும்
செயிருடன் வந்தவிச் சேயிழை தன்னினும்
நன்னுதல் வியக்கும் நலத்தோர்”

(காட்சி காதை, வரிகள் : 107-109)

யார் எனக் கேட்க, அவன் மனைவி தன் கணவனுடைய துன்பத்தைப் பொறுத்துக் கொள்ளமாட்டாது. உடனே உயிர்விட்ட பாண்டி மாதேவி வானகத்தில் பெருமையுறட்டும். கணவனுக்கு நேர்ந்த பழியினைத் துடைத்துக் கடமையை நிறைவேற்றி நம் நாட்டில் வந்து சேர்ந்த கண்ணகியை நாம் இங்குப் பாராட்டுவோமாக என்று கூறினான்.

பத்தினி வழிபாடு:

சேரன் செங்குட்டுவன் பத்தினித் தெய்வத்திற்குப் படிவம் சமைக்க எங்கே கல் கொணர்வது என்றான். அருகிருந்த சான்றோர்கள், வியன்பேர் இமயத்துக் கல் கொண்டு, அக்கல்லினைக் கங்கைப் பேரியாற்றிலும் காவிரிப் புனலிலும் நீர்ப்படை செய்தால் கடவுள் ஆகும் என உரைத்தனர்.

உடனே சேரன் செங்குட்டுவனும், வடநாட்டின் மீது படையெடுத்துப் பல ஆரிய மன்னர்களை வென்றான். தம்மை இகழ்ந்த கனகவியசர் தலைமீது இமயத்திலிருந்து கல்லினை ஏற்றிக் கொணர்ந்து கங்கையில் நீர்ப்படை செய்தான்.

கண்ணகியினுடைய வடிவத்தைச் சிற்பி அமைக்கத் தொடங்கியதைத் தெரிவிக்கக் கருதிய இளங்கோவடிகளார்,

‘கடவுட் பத்தினிக் கற்கால் கொண்டபின்’

என்றும்

“பொற்கோட் டியமத்துப் பொருவரு பத்தினிக்
காற்கால் கொண்டனன் காவலன் ஆங்கென்”

என்றும்,

"பாற்படு மரபின் பத்தினிக் கடவுளை
நூற்றிறன் மாக்களின் நீர்ப்படை செய்து"

என்றும் எடுத்துரைத்துள்ளார். இவ்வாறு பத்தினிக் கடவுள் என்று சிறப்பிக்கப்பட்ட கண்ணகியின் கோயில் 'பத்தினிக் கோட்டம்' என்று நடுநற் காதையில் விளம்பப்பட்டுள்ளது.

பத்தினிக் கோயிலுக்கு வேண்டிய படிப்புறங்களை வகுத்த பின்னர், நித்தல் விழாவும், அலங்காரமும் நிகழ்வு! என்று சேரமான் கட்டளையிட்டான். பூவும், புகையும் மேவிய விரையும் செய்க எனத் தேவந்திகையைப் பணித்தான். பிறகு மும்முறை கண்ணகிப் படிமத்தை வலம் வந்து வணங்கினான்.

சிறையிலிருந்து பத்தினி விழாவின் பொருட்டு விடுதலை பெற்ற ஆரிய மன்னர்களும், குடக நாட்டுக் கொங்கரும், மாளுவ நாடு வேந்தரும், கடல் சூழ் இலங்கைக் கயவாகு வேந்தனும்,

"எந்நாட்டு ஆங்கண் இமய வரம்பனின்
நன்னாள் செய்த நாளணி வேள்வியில்
வந்து ஈக"

எனப் பின்னர் வேண்டினர். அவ்வயம் தந்தேன் வரம் என்று எழுந்தது ஒரு குரல். அவ்வொலி கேட்டவுடன் எல்லோரும் வீட்டின் பத்தை அந்நிலையை கண்டவர் போல் அனைவரும் அகம் மகிழ்ந்தனர்.

செங்குட்டுவன் கண்ட காட்சி

கண்ணகிக்குப் பத்தினிக் கோட்டம் எழுப்பிக் கடவுள் மங்கலம் செய்வித்த பிறகு கண்ணகி செங்குட்டுவனுக்குக் காட்சி தந்தாள். என்னே இஃது! இஃது என்னே? என்னே வியப்பு! பொன்னாலான சிலம்பினையும், புனையப்பட்ட மேகலையினையும் வளையணிந்த கையினையும், நல்ல வயிரம் பதிந்த பொன்தோட்டினையும், சாம்பூந்தப் பொன்னணிகளையும் உடைய மின்னற் கொடிபோல்பவள் ஒருத்தி. வானகத்து இதோ தோன்றுகின்றனளே? எனச் செங்குட்டுவன் தான் கண்ட கண்ணகி காட்சியினை வியந்தான். இதனை இளங்கோவடிகளார்

"என்னே! இஃது என்னே! இஃது என்னே! இஃது

என்னேகொல்!

பொன்னஞ் சிலம்பின் புனைமேகலை வளைக்கை
நல்வயிரப் பொன்தோட்டு நாவலம் பொன்னிரைசேர்
மின்னுக் கொடியொன்று மீவிசும்பில் தோன்றுமால்!"

(வாழ்த்துக் காதை எண் : 9)

என அருளியுள்ளார்

தென்னவன் தீதிலன்:

ஆராய்ந்து பார்க்காமல் பாண்டிய மன்னனால் கோவலன் கொலையுண்டதும், கண்ணகி 'தேரா மன்னா' எனப் பாண்டியனை விளித்து 'நற்றிறம் படராக் கொற்கை வேந்தே' எனச்சாடி உண்மையை நிரூபித்தாள். தவறுணர்ந்த மன்னன் மடிந்தான். சினம் தாழாமல் கண்ணகி மதுரையையும் எரித்துச் சேரநாடு அடைந்தாள். அக்கண்ணகி இப்பொழுது செங்குட்டுவனுக்குக் காட்சி தந்ததோடு சில மொழிகளைப் பேசினாள்.

"தென்னவன் தீதிலன் தேவர்கோள் தன் கோயில்
நல்விருந்து ஆயினான் நானவன் தன் மகள்
வென்வேலான் குன்றில விளையாட்ட யானகலேன்
என்னோடுந் தோழிமீ ரெல்லீரும் வம்மெல்லாம்"

(வாழ்த்துக் காதை எண் : 10)

பாண்டியன் குற்றமற்றவன். ஆதலால் அவன் இந்திரன் கோயிற் கண்ணே நல்விருந்தினன் ஆனான். நான் அப்பாண்டியன் புதல்வி ஆவேன். முருகப் பெருமான் குன்றத்திலே என்றும் ஓடியாடி விளையாடிக் கொண்டிருப்பேன். ஆதலால் தோழியர்களே நீங்கள் அனைவரும் என்னுடன் வாரீர் என அழைக்கின்றாள் தெய்வக் கண்ணகி.

கண்ணகி வாழ்த்தினாள்:

சேர, சோழ, பாண்டியராகிய மூவேந்தரும் ஒத்த தகுதியுடையவர் அதனால் தொழார் பருவத்தால் இளைஞர் அதனால் வாழ்த்தார். ஆனால் புகாரில் பிறந்ததால் சோழர்

குலக்கொடியும் பாண்டியன் மகள் என்று அவளே கொண்ட உரிமையை உடையவளுமான இரு பெருவேந்தரின் பிரதிநிதியான கண்ணகியோ சேரனை மனமுவந்து வாழ்த்தினாள். இதனை இளங்கோவடிகளார்

ஆங்கு,
நீணில மன்னர் நெடுவிற் பொறையன்றன்
தாள் தொழார் வாழ்த்தல் நமக்கரிது! சூழ்ஒளிய
எங்கோ மடந்தையும் ஏத்தினாள், நீடூழி
செங்குட்டுவன் வாழ்க

என்று குறிப்பிடுகின்றார்.

இவ்வாறு காப்பியத்தின் தொடக்கம் முதல் முடிவு வரை உயிரோட்டமுள்ள பாத்திரமாகக் காப்பியத்தில் நிகழும் முக்கிய நிகழ்ச்சிக்கெல்லாம் கருத்தாவாக விளங்குகின்றாள் கண்ணகி. அவள் வேகமாக இயங்குவதோடு அவளைச் சூழ்ந்தவர்களையும் வேகமாக இயங்கச் செய்கின்றாள். மிகச்சிறந்த காப்பியத்தின் வியத்தகு மனிதனாக முழு இறையியல் தன்மைகளும் மீமானிட இயல்புகளும் கொண்டவனாக இருத்தல் வேண்டும் என்னும் சி.எம்.பெளரா அவர்களின் கூற்றுக்கு ஏற்பக் கண்ணகி அமைந்திலங்குகின்றாள்.

முடிவுரை:

சிலப்பதிகாரத்தின் பெருமைக்குக் காரணமாக விளங்குவது அதன் கதை அமைப்பும், கதாபாத்திரங்களும் தான். அந்தக் கதாபாத்திரங்களுக்குள் தலைமையாக கண்ணகி, கோவலன், மாதவி மூவர் இருப்பினும் கண்ணகியே காப்பியம் முழுவதும் வந்து நம் மனதில் நிறைகிறாள். எனவே அவளைப் பாடிப் பரவுவதில் நாம் பெருமை அடைவோம். புரட்சிப் பெண்ணை நம் மனக்கண் நிறுத்துவோம். பெண்ணினத்தைப் பெருமைப்படுத்திய கொங்கச் செல்வி புகழ் பாடுவோம்! நற்றமிழ் பெருமை காப்போம்!

15. வள்ளலார் புலப்படுத்தும் பக்தி

உலகில் பக்தி என்பதை "அன்பு நெறி, ஆனந்த நெறி, இன்ப நெறி" எனக் கூறலாம். ஆன்மநேய ஒருமைப்பாட்டை உலகுக்கு உணர்த்திய உத்தமர் அருட்பிரகாச வள்ளலார் அவர்கள் காட்டிய பக்தி நெறியை இக்கட்டுரையில் காண்போம். சித்தர்களில் ஒருவராக எண்ணப்படும் வள்ளலார் சிறுவயது முதலே இறையருள் பெற்றவர். இவர் பள்ளிக் கூடம் செல்லாது எந்த ஆசிரியர் இடத்தும் பயிலாது, தாமே பாடல் இயற்றவும், அதை இசையுடன் இசைக்கவும் வல்லமை பெற்றிருந்தார். இதற்கு அகச்சான்றாக,

"ஓதாது உணர்ந்திட ஒளியளித் தெனக்கே
ஆதார மாகிய வருட்பெருஞ் ஜோதி"

என்ற பாடலைக் காட்டலாம். வள்ளற் பெருமானை இறைவன் ஆட்கொண்ட போது அவருக்கு வயது ஒன்பது ஆகும். இறவா வரம் பெற்ற வள்ளலார் பஞ்ச பூதங்களினாலும் அழியாத தேகம் பெற்றார். அவர் உடம்பு ஒளி உடம்பாக மாறியது. *23.05.1867* அன்று வடலூரில் சத்திய தருமச்சாலையை நிறுவினார் *30.01.1874* தைப்பூசத் திருநாளன்று அருட்சோதி நிலைசார் இறைமை பெற்றார்

வள்ளலார் பார்வையில் இறைவன்:

இறைவன் எங்கும் நிறைந்தவன். எல்லாச் செயல்களிலும் இறைவனின் சக்தி நிறைந்துள்ளது. அவனன்றி ஓரணுவும் அசையாது. எல்லாம் இறைவன் செயலே என்று, தான் உணர்ந்ததை,

"பாட்டுவித்தால் பாடுகின்றேன் பணிவித்தால்
பணிகின்றேன் பதியே நின்னைக்

கூட்டுவித்தால் கூடுகின்றேன் குழைவித்தால்
குழைகின்றேன் குறித்த ஊணை
ஊட்டுவித்தால் உண்கின்றேன்
உறக்குவித்தால் உறங்குகின்றேன் உறங்காதென்றும்
ஆட்டுவித்தால் ஆடுகின்றேன் அந்தோ
இச்சிறியேனாலா தென்னே"

எனப் பாடுகிறார்.

'இறைவன் ஒருவனே' என்ற கருத்தை வள்ளலார் வண்ணங்கள் வேறாயினும், வடிவங்கள் வேறாயினும், பெயர்கள் வேறாயினும், சமயங்கள் வேறாயினும், எல்லாம் குறிப்பது ஒரே ஒரு பரம்பொருளைத்தான் என்கிற உண்மை மனதிலே பதிந்தால் தெய்வம் ஒன்றே என்ற உண்மை துலங்கும். எல்லாச் சமயங்களும் மதங்களும் ஒன்றே என்பது விளங்கும் படியாக,

"தெய்வங்கள் பலபல சிந்தை செய்வாரும்
சேர்கதி பலபல செப்புகின்றாரும்
பொய்வந்த கலைபல புகன்றிடுவாரும்
பொய்ச் சமயாதியை மெச்சுகின்றோரும்
மெய்வந்த திருவருள் விளக்கமொன்றில்லார்
மேல்வினை வறிகிலர் வீண் கழக்கின்றார்
எய்வந்த துன்பொழித் தவர்க்கழ வருள்வீர்
என்னப் பள்ளி யெழுப்பி மெய்யின்பந் தந்தீரே"

என விளக்குகின்றார் இவர் குருவாக மாணிக்கவாசகரையும் வழிபடு கடவுளாக முருகனைக் கொண்டு பல பாடல்கள் பாடியுள்ளார். இறுதியில் இறைவன் ஜோதி வடிவினன் எனக் கண்டு கொண்டார். மேலும் நாத்திகம் பேசும் அன்பர்களுக்கு அனுபவத்தால் அறிந்தால் ஒழிய மற்றவர்களால் இறைவனைச் சுட்டிக்காட்ட இயலாது என்பதை அழகான பாடல் மூலம் விளக்குகிறார்.

"பொதுவென்னும் பொதுவில் நடம்புரியாநின்ற
பூரணசிற்சிவ மென்றும் போதானந்த
மதுவென்றும் பிரமமென்றும் பரமமென்றும்

வகுக்கின்றோர் வகுத்திடுக அதுதானென்றும்
இதுவென்றும் சுட்டவொணாது அதனால் சும்மா
இருப்பதுவே துணிவெனக் கொண்டிருக்கின்றோரை
விதுவென்ற தண்ணிளியாற் கலந்துகொண்டு
விளங்குகின்ற பெருவெளியே விமலத்தேவே"

வள்ளலார் பாதையில் பக்தி:

காலமெல்லாம் அன்பையும் அருளையும் போதித்து, ஆன்மீகம் தழைக்கச் செய்து, மனித நேயத்திற்கு மகுடம் சூட்டிய இராமலிங்க வள்ளலார், பக்தி என்பது மன நெகிழ்ச்சி, ஆன்ம உருக்கம் எனவும், எல்லா உயிர்களிடத்தும் கடவுள் வியாபித்து இருத்தலை அறிதலே ஈசுவர பக்தியாகும். கடவுளின் அருளை அன்பினாலல்லது வேறு வகையில் அடைவது அரிது எனக் கூறுகிறார். இவ்வன்பு ஜீவகாருண்யத்தாலன்றி வேறு வகையால் வராது என்றும் சுட்டிக் காட்டுகிறார்

பசி என்ற நெருப்பு ஏழை எளியவர்களின் தேகத்தில் பற்றி எரிகின்ற போது, அதை நீக்க எடுக்கப்படும் முயற்சிதான் ஜீவகாருண்யம் ஆகும். நம்முடைய செலவுகளைக் குறைத்துக் கொண்டாவது ஏழைகளின் பசியைப் போக்க வேண்டியது மனிதனின் கடமையாகும். இதை உணர்ந்து தான் வள்ளற் பெருமான் அவர்கள்,

"வாடிய பயிரைக் கண்ட போதெல்லாம்
வாடினேன் பசியினால் இளைத்தே
வீடுதோ றிரந்தும் பசியரா தயர்ந்த வெற்றரைக்
கண்டுளம் பதைத்தேன்"

எனப் பாடுகிறார்.

"மண்திணி ஞாலத்து வாழ்வோர்க்கு எல்லாம்
உண்டி கொடுத்தோர் உயிர் கொடுத்தோரே"

என்று மணிமேகலையில் சீத்தலைச் சாத்தனார் பசிப்பிணி போக்குவோரை உயிர் கொடுத்தோராகவே விளம்புகிறார்.

மனிதருக்கும் மற்ற உயிர்களுக்கும் இரக்கம் காட்டுவதே இறைவனைத் தரிசிப்பதற்குச் சிறந்த வழி. அதுவே உண்மையான பக்தி என உணர்த்தியவர் வள்ளலார் பிறர் துன்பம் கண்டுள்ளம் நெகிழ்ந்தவர்.

"மண்ணுலக த்திலே உயிர்கள்தாம் வருந்தும்
வருத்தத்தை ஒருசிறி தெனினும்
கண்ணுறப் பார்த்தும் செவியுறக் கேட்டும்
கணமும் நான் சகித்திட மாட்டேன்"

என்று உள்ளம் வெதும்புகிறார்.

மக்கள் கடவுளின் பெயரால் உயிர்க்கொலை செய்வது வள்ளலாரின் அருள் உள்ளத்தை மிகவும் வாட்டியது. அதனை,

"நலிதரு சிறிய தெய்வமென் றையோ
நாட்டிலே பலபெயர் நாட்டிப்
பலிதர ஆடு பன்றிகுக் குடங்கள்
பலிக்கடா முதலிய உயிரைப்
பொலிவுறக் கொண்டே போகவும் கண்டே
புந்தி நொந் துளநடுக் குற்றேன்
கலியுறு சிறிய தெய்வவெங் கோயில்
கண்டகா லத்திலும் பயந்தேன்"

என்ற அவர்தம் வாக்கால் அறியலாம்.

உலகில் ஓரறிவுடைய உயிர்கள் முதல் ஆறறிவுடைய உயிர்கள் வரையுள்ள எல்லா உயிர்களிடையேயும் ஒருமை கண்டவர் வள்ளலார். உயிர்களின் துன்பம், துயர், பசி, நோய், வறுமை போன்றவற்றைக் கண்டவிடத்து உயிரிரக்கம் கொண்டு அவைகளைக் காக்க வேண்டும். கருணை காட்ட வேண்டும் என்பது அவரது அவா,

"கருணை ஒன்றே வடிவாகி எவ்வுயிரும்
தம் உயிர் போல் கண்டு"

என்று பாடியதன் வாயிலாக உயிர்நலம் பேணுதலே உண்மையான

பக்தி என்பதை உணர்த்துகிறார்.

அன்பினால் அனைத்தையும் வசப்படுத்தலாம். எல்லாம் வல்ல இறைவனும் அத்தகைய அன்புடையார் எத்தகைய இழிநிலையில் இருந்தாலும் அவர்களைச் சென்றடைவான் என்னும் கருத்தை,

"அன்பெனும் பிடியுள் அகப்படும் மலையே
அன்பெனும் குடில்புகு அரசே
அன்பெனும் வலைக்குட் படுபரம் பொருளே
அன்பெனும் கரத்தமர அமுதே
அன்பெனும் கடத்துள் அடங்கிடும் கடலே
அன்பெனும் உயிர்ஒளி அறிவே
அன்பெனும் அணுவுள் அமைந்தபே ரொளியே
அன்புரு வாம்புர சிவமே"

என்ற "அன்பும் சிவமும் ஒன்றே" என்ற திருமூலரின் கொள்கையையும் நினைவுபடுத்துகிறார்.

தொன்மையான ஒளி வழிபாட்டைத் தம்முடைய வாழ்க்கையில் தேர்ந்து தெளிந்து,

"சாதியும் மதமும் சமயமும் தவிர்ந்தேன்
சாத்திரக் குப்பையும் தணந்தேன்
நீதியும் நிலையும் சத்தியப் பொருளும்
நித்திய வாழ்க்கையும் சுகமும்
ஆதியும் நடுவும் அந்தமும் இல்லா
அருட்பெருஞ்சோதி என்றறிந்தேன்"

என்று கூறுகிறார். கூறுவதோடு நில்லாது வடலூரில் சத்திய ஞானசபை என்னும் பெயரில் ஒத்தாரும் உயர்ந்தாரும் தாழ்ந்தாரும் எவரும் ஒருமையுளர் ஆகி ஜோதி தரிசனம் பெறும் வகையில் புதிய கோயிலை உருவாக்கி ஒளிவழிபாட்டிற்குப் புத்துயிர் அளித்துப் புதியதோர் பக்தி நெறியைக் காட்டுகிறார்.

16. அறிஞர் அண்ணாவின் ஆளுமை

முன்னுரை:

பேரறிஞர். சி.என். அண்ணாதுரை ஒரு சிறுகதைப் படைப்பாளியும் ஆவார். நாடகங்கள் எழுதி நடித்தவரும் கூட. மேடைப் பேச்சாளர், கவிஞர், பகுத்தறிவாளர், படைப்பாளி, சமூக சீர் திருத்தவாதி, இயக்கத்தின் செல்வாக்கால் பரப்பால் அரசியல் நிபுணராகி நாடாண்ட நல்லவர். தென்னாட்டுப் பெர்னாட்சா எனப் போற்றப்பட்டவர். அறிவுப் பெட்டகம். ஆங்கிலேயர் ஆட்சிக் காலச் சுழலில் பெரும்பாலான காலம் கழிந்தமையால், சமீன்தார் குடும்ப வாழ்வைப் பின்னனியாக்கி வண்டிக்காரன் மகள் எனும் கதையை எழுதினார். அக்கதைத் தொகுப்பில் புதுப் பொலிவு, லட்சாதிபதி, ஏழை என்ற கதைகளும் உள்ளன. இக் கதைத் தொகுப்பின் துணைக் கொண்டு அறிஞர் அண்ணாவின் ஆளுமையை மதிப்பிடுவதே இக் கட்டுரையின் நோக்கம்.

ஆளுமை :

ஒரு படைப்பாளி தனது படைப்பிற்குத் தேவையான உள்ளடக்கக் கூறுகளை உருவாக்க உலகை நோக்கி அனுபவக் கூறுகளைத் தேர்ந்தெடுக்கிறான். அனுபவங்களைத் தமது கூர்ந்த அறிவால் உற்று நோக்கி உள்ளடக்கக் கூறுகளைத் தேர்கிறான். தேர்ந்தவற்றைக் கலைப் படைப்பில் இணைத்துக் கொள்கிறான். புற உலகை ஆராய்ந்து தேடும் பொருளை அரசியல் நோக்கில் பொருள் கொள்ளும் போது ஆளுமையாகின்றது. “ஆளுமை என்பது உலகை அறிந்து, புதிய போக்குகளை உணர்ந்து, அவற்றைப் பொதுமைப்படுத்தும் திறனை” என்பார் பேராசிரியர்

நா. வானமாமலை. உள்ளத்திறன் பெற்ற படைப்பாளிக்கும் அவர் வாழ்ந்த சமுதாயச் சூழலுக்குமிடையே நிகழும் இடைவினைகளின் விளைவாக எழும் தனித்தன்மையே அவரது ஆளுமையாகும்.

கருவும் கட்டமைப்பும் :

சமுதாயத்தில் உள்ள போலி அந்தஸ்து உணர்ச்சியை வளர்க்கக் கூடாது. சாதி, குலம், செல்வம், சமயம் ஆகியவற்றின் பெயரால் இருந்து வரும் மடமையைத் தொலைத்திட வேண்டும் எனும் பாடு பொருளை அறிஞர் அண்ணா தமிழ்ச்சமுதாயத்திற்குச் சொல்ல நினைந்து வண்டிக்காரன் மகள் எனும் கதையைப் படைத்துள்ளார். மனைவியை இழந்த சமீன்தார் தன் இரு பெண் மக்களுக்குக் கல்வி புகட்ட சொக்கலிங்கம் என்ற ஆசிரியரை நியமிக்கிறார். சொக்கலிங்கம் சிறு வயது முதல் தன் தாய் மாமன் வீட்டில் வளர்ந்ததால் பெற்றோரின் தொடர்பு இல்லாதிருந்தான். அவனது தந்தை சடையப்பன் சமீன்தாருக்குக் குதிரை வண்டி ஓட்டும் பணியிலிருந்தான். ஒரே வீட்டில் தந்தை அடிமை வேலையிலும், மகன் சமீன்தாருக்குச் சமமாகவும் உள்ளனர். மகளை ஆசிரியர் சொக்கலிங்கத்திற்கு மணம் செய்து கொடுக்கத் தயாரானார் சமீன்தார். சடையப்பனின் கொலைக்கு பின் தந்தை மகன் உறவு வெளிப்பட்டதும் சமீன்தார் தனது அந்தஸ்து காரணமாகத் திருமணத்தைக் கைவிட நார்மன் என்பவரால் சாதி அந்தஸ்து பேதங்கள் அழிக்கப்பட்டு கதை சுபமாக முடிகிறது.

உரையாடல் வழிக் கதை இயக்கம் பெறுகின்றது. சமீன்தார், நார்மன், சொக்கலிங்கம் ஆகியோரின் உரையாடலில் அறிஞர் அண்ணா தமது கொள்கைகளை விளக்கியுள்ளார். வண்டிக்காரன் மகன் குறும் புதின வடிவில் அமைந்த சிறு கதையாக உள்ளதால் படைப்பாளி தமது அனுபவக் கூறுகளை அணைக்க வாய்ப்பாக அமைந்தது.

“மிஸ்டர் நார்மன்! உண்மை பேசுவதை நீங்கள் வரவேற்பீர்கள் என்று நம்புகிறேன். நீங்கள் எங்கள் நாட்டில் வந்திருப்பது நாகரிகத்தைப் பரப்ப என்ற பேச்செல்லாம் பசப்பு

என்பது உங்களுக்கே தெரியும். வியாபாரக் கொடி முதலில்! அதைத் தொடர்ந்து அரசியல் கொடி! அவ்வளவுதான். நாகரிகம் பரப்ப வந்தோம் என்பதெல்லாம் உண்மை அல்ல."

"நாங்கள் வந்ததால் எத்தனையோ புதுப்புது முறைகள் உங்களுக்குக் கிடைக்க வில்லையா?"

"கிடைத்துள்ளன. அதுபோல உங்களுக்குப் பல நாகரிகச் சாதனங்கள் வேறு நாடுகளிலே இருந்து கிடைக்கவில்லையா? மேற்பூச்சான நாகரிகமாக இருந்தாலும் சரி. புதுக் கருத்துப் புரட்சியைக் காட்டுவதாக இருந்தாலும், அவை காலம் தருவது; எந்த ஒரு நாடும் தருவது அல்ல."

மிஸ்டர் லிங்கம்! அதை நான் ஒப்புக் கொள்கிறேன். ஆனால் நீங்கள் இதை ஒப்புக் கொள்வீர்கள் என்று நம்புகிறேன். நீங்களாக நாடி, தேடி, நாகரிகத்துக்கான முறைகளை உண்டாக்கிக் கொள்ளவில்லை."

"நாகரிகம் என்பதற்கு நம்ம ஜெமீன்தாரரின் ஆடம்பர உடையும். அவருடைய மருகர் பருகும் பானங்களும், ஜெமீன் சீமாட்டிகள் வாசிக்கும் பியானோவும் தான் அடையாளம் என்று கூறத் துணிகிறீர்களா மிஸ்டர் நார்மன்? இவைகளெல்லாம் புறத் தோற்றங்கள். உங்களுடைய நாட்டிலேயே நடை உடை பாவனைகளில் எத்தனையோ விதமான, மாறுதல்கள் ஏற்பட்டன. உங்கள் எலிசபெத் மகாராணியார் காலத்து உடை! ஏ அப்பா! இப்போதுள்ள இங்கிலிஸ் பெண்களுக்கு எவ்வளவு அருவருப்பாக இருக்கும், உங்கள் எட்டாவது ஹென்றி செய்து கொண்ட கோலாகலத் திருமணங்களும், ஒவ்வொரு மனைவியையும் தேம்ப விட்டதும் திண்டாட விட்டதும்! இப்போதுள்ள ஆங்கில நாட்டு இளைஞர்களை வெட்கித் தலை குனியச் செய்யுமே."

"ஒப்புக் கொள்கிறேன். ஆனால் நாங்கள் சேற்றிலே அமிழ்ந்துவிடுவது போல இருந்துவிடவில்லை" என நாட்டின் பழம் பெருமைகளைப் பகிர்ந்து கொள்கின்றனர்.

"மகனுக்கே அந்தஸ்து தேடிக் கொடுக்க வேதனைத்

தீயில் வீழ்ந்த உத்தமன் சடையப்பன்" என்று ஆசிரியர் கூறும் பாத்திரப் பண்பின் கருவின் உருவாக்கம் வெளிப்படுகிறது.

உழைப்பிற்கு ஓர் ஆங்கிலக் கவிதையைத் தமிழாக்கி அறிஞர் அண்ணா இக்கதையில் இணைத்திருப்பதன் மூலம் தம்மை ஒரு கவிஞராகக் காட்டியுள்ளார்

ஆண்டாள் பாசுரங்களில் இயற்கை:

இலக்கியப் படைப்பாளிகள் தம் புலமை நயத்தால் இலக்கிய உத்திகளான வருணனை, கற்பனை, உணர்ச்சி, ஓசை நயம், சொல்லாட்சி, அணி போன்ற மெருகினையேற்றி இயற்கையை நயம்படப் பாடுவதில் வல்லவராக விளங்கி வந்திருக்கின்றனர். சங்கப் புலவர்களான நக்கீரர், கபிலர், பரணர் போன்றோர் இயற்கையை உடலாகக் கொண்ட இறைவனின் புகழைப் பாடினர். நக்கீரர் திருமுருகாற்றுப் படையுள் 'இழுமென' இழிதரும் அருவியின் எழிலைக் காட்டி, அதனுடன் பரம்பொருளின் அருள் வெள்ளத்தையும் இணைத்துக் கூறுகிறார். இடைக்காலத்தில் நாயன்மார்களும், ஆழ்வார்களும் இறைவனைத் தனித்தும், இயற்கையின் கண்ணும் கண்டு போற்றினர். இறையன்பு கொண்ட அவர்கள் இயற்கை எழிலைக் காணும் தோறும் இறைவனைக் கண்ட பேரின்பம் எய்தி மகிழ்ந்து பாடிப் போற்றிப் பரவினர்.

இவ்வாறு இயற்கையிலுள்ள பொருட்கள் அனைத்திலும் இறைவன் நிறைந்திருக்கின்றான் என்பது பக்தி மேம்பாடுடையவர்கள் கூறுகின்ற காரணத்தால் அவ்வியற்கையை இறைவன் மீது சார்த்தி வருணிப்பதும், இயற்கையை இயற்கை பொருளாகவே அவனை விளித்து வருணிப்பதும் வழிபாட்டு முறையாக அமைகின்றது என்று கொள்ள இடமுண்டு. ஆண்டாள் பாடல்களிலும், இயற்கைப் பொருட்கள் வழி இறைவனை வழிபடும் தன்மையும். அவற்றின் வருணனையும் அதிகமாக இடம் பெற்றிருப்பதை அறிய முடிகிறது.

ஐம்பெரும்பூதங்கள் :

பொருள்கள் அனைத்திலும் நீக்கமற நிறைந்திருக்கும் இறைவன் நிலம், நீர், நெருப்பு, காற்று, ஆகாயம் என்னும்

ஐம்பூதங்களாக விளங்குகின்றான் என்பது அனைவரும் அறிந்த உண்மை. உயர்திணைப் பொருள்களிலும், அஃறிணைப் பொருள்களிலும் நீக்கமற நிறைந்திருக்கும் இறைவனைத் தத்தம் வழிபாட்டிலே பாராட்டிப் போற்றாத ஞானிகளே இல்லை எனலாம்.

> "யாவரும் யாவையுமாய் எழில் வேதப் பொருள்களுமாய்
> மூவருமாய் முதலாய் மூர்த்தி" (பெரிய திருமொழி.4-1:2)
>
> "ஊனாய் உயிரானாய் உடலானாய் உலகானாய்
> வானாய் நிலனானாய் கடலானாய் மலையானாய்"
>
> (சுந்தரர் தேவாரம்)

என அவனுடைய வியாபகத் தன்மையைச் சுட்டிக்காட்டி விளக்கியுள்ளனர் சமயச் சான்றோர். ஆண்டாளுடைய பாடல்களில் இத்தகைய போற்றிச் செயலைக் காண முடிகிறது. சான்றாக,

> "மாயனை மன்னு வடமதுரை மைந்தனை
> தூய பெருநீர் யமுனைத் துறைவனை
> ஆயர் குலத்தினில் தோன்றும் அணிவிளக்கை
> தாயைக் குடல் விளக்கம் செய்த தாமாதரனை"

என்னும் ஒரு பாடலிலேயே ஐம்பெரும் பூதங்களை விளக்கி இறையைப் போற்றியமை அறியலாம். "மாயன் என்பது கண்ணிற்குப் புலனாகாத வெட்ட வெளியான ஆகாயம்! மன்னு வடமதுரை மைந்தன்" என்பதில் ஊரின் பெயர் குறிப்பிடப்பட்டிருப்பதால் இது நிலம்! தூய பெருநீர் யமுனைத் துறைவன் என்பதில் நதியின் பெயர் குறிப்பிடப்பட்டிருப்பதால் இது நீர்! ஆயர் குலத்தினில் தோன்றும் அணி 'விளக்கு' என்பதில் விளக்கு என்பது தீ! தாயைக் குடல் விளக்கம் செய்த தாமோதரன் என்பதில், குடல் விளக்கம் என்று குறிப்பிடப்பட்டிருப்பதால் கருப்பப் பையுள் மூச்சுக் காற்று இயங்கும் தன்மையில் குறிப்பாக உணர்த்தப்பட்டிருப்பது காற்று! (ஆர்.இராமானுஜம், கோதையின் பக்திப்பாதை, பா.60) என்று குறிப்பிடுவர்.

நிலம்:

கண்ணுக்கெட்டா தூரம் வரை எங்கும் பரந்து விரிந்திருக்கும் நிலவுலகைத் தன் ஓரடியால் அளந்து கொண்டவன் இறைவன். அவனே அந்நிலமாகவும் விளங்குகின்றான் என்பதை, 'உலகம்', 'பார்', 'நிலம்' 'மண்' என்ற சொற்களால் இருபத்து ஏழு பாடல்களிலும், 'நாடு' என்ற சொல்லால் நான்கு இடங்களிலும் 'ஊர்' என்ற சொல்லால் ஓரிடத்திலும் குறிப்பிட்டு ஆண்டாள் பாடுவதைக் காண முடிகிறது.

"நிலம்" பற்றிய செய்தி இடம்பெறும் பாடல்கள்

திருப்பாவை	:	பா. 1, 2, 3. 4, 5, 17, 21, 24, 26
நாச்சியார் திருமொழி	:	1:1, 1:2, 1:7, 2:3, 2:5, 2:8, 2:9, 4:9, 5:5, 5:10, 5:11, 7:8, 8:6, 11:3, 11:5, 11:6, 12:2, 12:9.
மொத்தம்	:	27 பாடல்கள்

நீர் :

நீரின்றி இவ்வுலகு அமையாது என்பது ஆன்றோர் வாக்கு. நீரில் நிறைந்தும், நீராகவும் நிற்பவன் இறைவனாதலால் நீர் பற்றி 59 பாடல்களில் குறிப்பிட்டுப் பாடியுள்ளார். முந்நீருள் ஒன்றாகிய மழையை வருணித்துப் பாடும் விதமாக,

"தீங்கின்றி நாடெல்லாம் தங்கள் மும்மாரி பெய்து"

(திருப்பாவை. பா.3)

"மழையே! மழையே! மண்பறம் பூசியுள்ளாய் நின்ற"

(நாச்சியார் திருமொழி. 10.8)

என்றாற் போன்று பிறவிடங்களிலும் பாடியுள்ளார்.

ஆகாயம்:

பஞ்ச பூதங்களுள் ஒன்றாகிய ஆகாயத்தைப் பற்றியும், ஆகாயத்தில் திரண்டு மழை பொழியச் செய்யும் முகிலைப் பற்றியும், "ஊழி முதல்வனுருவம் போல் மெய்கறுத்து" (திருப்பாவை.4)

"பெய்யுமா முகில் போல் வண்ணா"

(நாச்சியார் திருமொழி:2:4)

என்றாற் போன்று பத்துப் பாடல்களிலும், இறைவன் பால் மேகத்தைத் தூது செல்ல வேண்டிப் பத்துப் பாடல்களையும் பாடியுள்ளார் "தீ" என்றும் "அக்கினி" என்றும் பேசப்படும் நெருப்பு பற்றிப் பத்தொன்பது இடங்களில் பாடியுள்ளார்.

காற்று :

காற்று நாம் உயிர் வாழ மிகவும் இன்றியமையாத முதன்மையான பொருளாகும். இறைவன் அந்தர்யாமியாய் எங்கும் நிறைந்திருப்பது, காற்றுப் போல் எங்கும் ஊடுருவி நிறைந்திருக்கும் தன்மையுடன் ஒப்பிடத்தக்கது.

'தென்றலும் திங்களும் ஊறுடத் தென்னை"
"தென்றலுக்கிங் கிலக்காய் நானிருப்பேனே"
தென்றல் மணங்கமழும் திருமாலிஞ் சோலை"

போன்ற பாடல்களில் காற்றுப் பற்றிப் பாடியிருப்பதைக் காணலாம். இவ்வாறு, ஐம்பெரும் பூதங்களாக இறைவனைக் கண்ட ஆண்டாள் மேலும் இயற்கையுடன் கற்பனையைச் சேர்த்துக் குழைத்து, காலைப் பொழுதின் அழகு, பறவைகள் பற்றியும் பாடுகின்றார் பறவைகள் பற்றி 39 பாடல்களிலும் (மயில், வண்டு, கருடன், கிளி, கோழி, அன்னம், குருவி. பாரத்வாஜப் பறவை, குயில்) சிங்கம், நரி, யானை, பசு, பன்றி, எருமை, எருது போன்ற விலங்குகளையும், குருந்தமரம், புன்னை குருக்கத்தி, ஞாழல் போன்ற மரங்களையும், 33 பாடல்களில் "மலர்' பற்றியும் கற்பனை கலந்த வருணனையால் பாடிச் சிறப்பித்து, அவை வழிபாட்டுக்கு உதவிடுமாறு அமைத்துள்ளார் ஆண்டாள் நாச்சியார்

17. வைரமுத்து கவிதைகளில் அரசியல் தலைவர்கள்

முன்னுரை:

கவிப் பேரரசு வைரமுத்து அவர்கள் இலக்கிய சிந்தனையாளர். அவர் கவிதைகள் அனைத்தும் வைர வரிகள் ஆகும். அவர் கவிதைகளில் அரசியல் தலைவர்கள் பற்றி ஏராளம் உள்ளன. அவற்றில் சில தலைவர்கள் குறித்துக் கீழே காண்போம்.

அரசியல் தலைவர் கலைஞர்:

திராவகமும் தேனும் சரிவிகிதத்தில் கலந்த கலவை திராவகத் தேன்தான் கலைஞர் சுயமரியாதைப் பண்ணையின் வீரியவிதை கலைஞர். தன்மானத்தைத் தனிக்கவசமாகக் கொண்டவர் தமிழ்த்தங்கம். அவர் இரத்தத்தில் கரைந்திருக்கும் இத்தகைய கலைஞனின் மணிவிழாவில் கவிஞர்.

"நீ
தேர்தலின் நெற்றிக்குப்
பொட்டாய் இருப்பதினும்
இனத்தின் மார்புக்கு
விழுப்புண்ணாய் இரு"

என வாழ்த்துகிறார்

அரசியல் தலைவர் எம்.ஜி.ஆர்:

நூறு வயதுக்குள் வாழ்ந்தவரின் புகழ் பல நூற்றாண்டுகள் பரவும் எனக் கூறுகிறார்

"உன்
வயது
ஒரு நூற்றாண்டுக்குள்

உன் வாழ்க்கையோ
சில நூற்றாண்டுகள்
வெள்ளித்திரையில் நீ ஓட்டிய
குதிரைகளின்
குளம்படிச்சத்தம்"

எப்போதும் கேட்டுக்கொண்டே இருக்கும் எனக் கவிஞர் நினைவு கூர்கிறார். காலடிச் சுவடுகள் மறைந்தாலும் காலச்சுவடுகள் மறைவதில்லை எனக் கூறுகிறார்

அரசியல் தலைவர் சமாதி நினைவு ஒப்பிடு:

இந்திய அரசியலமைப்பின் 356 ஆம் பிரிவைப் பயன் படுத்தி 1991 ஜனவரி முப்பதில் கலைஞர் அரசு கலைக்கப்பட்ட போது எழுதப்பட்ட கவிதை "வானம் கலைவதில்லை"

"ஜனவரி முப்பது...
காந்தியின் சமாதி
ராஜ் கோட்டில்
ஜனவரி முப்பது...
ஜனநாயகத்தின் சமாதி
தமிழ் நாட்டில்"

என்ற வரிகளில் இருவேறு சமாதிகளை, வரலாற்று நிகழ்வுகளை விளக்கியுள்ளார். விடுதலை பெற்றுத் தந்த தேசத்தந்தை மகாத்மா காந்தியடிகள் இயற்கை எய்திப் பூமியில் புதையுண்ட நாளும், விடுதலை பெற்ற திருநாட்டின் ஒரு பகுதியான தமிழ்நாட்டு நல்லாட்சியைக் காலத்தால் கலைஞரின் ஜனநாயகத்திற்குக் கல்லறை கட்டிய நாளும் ஜனவரி முப்பதாம் நாளே. நாளாலும் கல்லறையில் புதைத்த செயலாலும் ஒற்றுமை, சனநாயக நாட்டில் ஜனநாயகத்தைப் புதைத்தது வேற்றுமை. வட இந்தியாவில் உள்ள ராஜ்காட்டில் காந்தியடிகளில் சமாதி வரும் பொருள், தமிழ் நாட்டில் கலைஞரின் ஆட்சி கலைக்கப்பட்டது நாள் பொருள் ஆளும் நற்குணம் புதைக்கப்பட்டது. நாள் பொருள் அமைதியான ஆட்சி கலைக்கப்பட்டது. பிடிக்காதவர் ஆட்சியைக் கலைக்க ஒரு சட்டம். அதுவே 356ம் பிரிவு படி ஒருமை காத்தவர் "கலைஞர்" அவரது அருமைப் பாட்டினை

அறியாது கலைத்துவிட்டார்களே எனக் கவிஞர் வருந்துகிறார். மாக்கோலமும் மணற்கோலமும் கலையலாம்.

"அவன் பூகோளம்
அவன் கரைவதுமில்லை
கலைவதுமில்லை"

என ஆறுதல் அடைகிறார்.

முடிவுரை:

மேற்கண்ட கட்டுரையில் கலைஞர் மணிவிழாவிற்குக் கவிஞர் வாழ்த்திய வாழ்த்துரையும். நூறு வயதுக்குள் வாழ்ந்தவரின் புகழ் பல நூற்றாண்டுகள் பரவும் என்பதைக் கவிதை வாயிலாக எம்.ஜி.ஆர் அவர்களைக் கூறுவதையும், 356 பிரிவின்படி ஒரு அரசைக் கலைப்பதினால் ஜனநாயகத்திற்குக் கல்லறை கட்டுவதும் அந்த நாள் ஒரு பெருந்தலைவர் இறந்த தினத்தைச் சுட்டிக் காண்பிப்பது சிறப்பாக அமைந்துள்ளது.

18. பெரிய புராணத்தில் உணவு

மக்களின் அன்றாட வாழ்வில் உணவு இன்றியமையாத ஒன்று. உணவின்றி மனிதன் உயிர்வாழ இயலாது. அத்தகைய தன்மை வாய்ந்த உணவின் முக்கியத்துவம் பற்றி பல்வேறு இலக்கியங்களில் கூறியிருப்பினும் பெரிய புராணத்தில் சுட்டிக்காட்டும் தன்மையானது மக்களின் உணவுமுறை, உண்ணும் முறை, உணவு தயாரிக்கும் முறை ஆகியவற்றிலிருந்து பக்தி இலக்கிய கால உணவினை அறிந்து கொள்ள முடிகிறது. அடியார்களுக்கு இறைவனே பொதிசோறு வழங்குதல், விழாக்காலங்களில் உணவு வழங்குதல், வேடுவர் உணவு, இறைவனுக்கு ஊனமுது தயாரித்தல் பற்றி விளக்குவது இக்கட்டுரையாகும்.

பொதிசோறு :

சுந்தரர் சீர்காழிப்பதியை வணங்கி விட்டுத் திருக்கருகாவூர் வந்தடைந்தார் அப்போது நீர் வேட்கையோடும், பசியோடும் களைப்போடும் வந்து கொண்டிருந்தார். இந்நிலையறிந்த இறைவன் வெம்மை தவிர்க்க குளர்ந்த பந்தலொன்றை அமைத்துக் கொடுத்து இறைவன் அந்தணராகவும் மாறினார். தண்ணீரும் கட்டுணவும் வைத்துக் கொண்டு அடியவருக்காகக் காத்திருந்தார். சுந்தரர் அடியவர்களுடன் வந்து பந்தலில் தங்கினார். அந்தணரிடம் ஐந்தெழுத்தை ஓதிக்கொண்டே உரையாடினார்.

அடியாரே, “மிகுந்த பசியோடிருக்கிறீர்கள். பொதிசோறு

தருகின்றேன். காலந்தாழ்த்தாமல் தொண்டர்களுடன் கட்டுணவையும் தண்ணீரையும் அருந்திப் பசியாறுங்கள்" என்று கூறினார் இறைவன்.

சுந்தரர் மறுக்காமல் உணவைப் பெற்றுக் கொண்டு தொண்டர்களுடன் ஒருபுறம் சென்று உணவுண்டு, தண்ணீரையும் அருந்திப் பசி தீர்த்தார். பிறகு, அடியவருடன் பந்தலுக்குச் சென்று உறங்கினார். களைப்பு நீங்கி விழித்துப் பார்க்கும்போது தண்ணீர்ப்பந்தலும் அந்தணரும் மறைந்திருந்ததைக் கண்டு திகைத்தார். இறைவனே இச்செயல் செய்தாரென்று எண்ணி இறைவனை வணங்கிப் பதிகம் பாடுகிறார்.

யாத்திரையாகச் செல்பவர்கள் கட்டுணவு அல்லது பொதிசோறு எடுத்துச் செல்வார்கள். யாத்திரை செல்வோருக்கு வழியிலுள்ள ஊர்க்காரர்கள் அன்புடன் கட்டுணவு வழங்குவதுண்டு. நிழல் தரும் பந்தல்களை அமைப்பதுண்டு. இம்முறையானது அக்கால மக்களின் அன்புணர்வைக் காட்டும். இப்பழக்கத்தைச் சேக்கிழார் சுந்தரமூர்த்தி நாயனார் வரலாற்றில் அமைந்துள்ளமை குறிப்பிடத்தக்கது.

விழாக் காலங்களில் உணவு வழங்குதல்:

அடியார்கள் மடங்களை நிறுவியும் உணவளித்தும் வந்தனர். அமர்நீதி நாயனார் வணிகர் குலத்தில் பிறந்தவர். எப்போதும் சிவனடியே சிந்தையாக இருப்பார். பழையாருக்கு அருகில் உள்ள திருநல்லூரில் சிவன் கோயில் உள்ளது. திருநல்லூரில் அடிக்கடி திருவிழா நடக்கும்.

நாயனார் திருநல்லூரில் அடியார்களுக்கு உணவு வழங்க மடமொன்றை நிறுவினார் திருவிழா சமயங்களில் தம் குடும்பத்துடன் சென்று வழிபடுவார். குடும்பத்துடன் அவ்வூரிலேயே குடியமர்ந்தார். திருவிழாவிற்கு வரும் அடியார்கள் திருவமுது அருந்தி விட்டுச் சென்றனர். இத்திருப்பணியை நாயனார் உள்ளன்போடு செய்து வந்தார்.

இத்தன்மைகள் அடங்கும் உணவு வழங்குதல் இன்றைக்கும் நடைமுறையில் காண முடிகிறது. குறிப்பாக வேண்டுதல் நிமித்தமாக பாதயாத்திரை, திருவிழா நடைபெறும் காலங்களில் அன்னதானம் வழங்குவது அக்கால பக்தி இலக்கியத்தில் காணப்படும் சமுதாயப் பண்பையும், உணவு வழங்குதல் முறையையும் பிரதிபலிப்பதாக உள்ளது.

வேடுவர் உணவு:

கண்ணப்ப நாயனார் பிறந்த நாடு "பொத்தப்பி" ஆகும். இந்நாட்டின் தலைநகர் உடுப்பூர் ஆகும். இந்நகர் மலைகளால் சூழ்ந்த பகுதியாகும். இங்குள்ள வேடர்கள் யானைத்தந்தங்களை வேலியாக அமைத்திருந்தனர். இவர்கள் அச்சமும், அருளும் அறியாதவர்கள் கள்ளும், வெந்த ஊனும் உண்பவர்கள்.

இத்தகையவர்களுக்கு நாகன் என்பவன் தலைவனாக இருந்தான். இவன் மனைவி தத்தை ஆவாள். நீண்ட நாட்களுக்குப் பின் தத்தை முருகன் அருளால் மகவொன்றை ஈன்றெடுத்தாள். வேடுவர் குலமுறைப்படி குழந்தையை வளர்த்தனர். அக்குழந்தைக்குத் திண்ணன் எனப் பெயரிட்டு அழைத்தனர்.

இளமைப் பருவமடைந்த திண்ணனாருக்கு விற்றொழில் பயிற்றுவிக்க முதிய வேடர் தலைவனை நாகன் அழைத்தான். நல்ல நாள் பார்த்துக் குறித்து வைத்தான். எல்லா வேடர்களுக்கும் சொல்லி விட்டான். பல மலைகளிலிருந்தும் வேடர் தலைவர்கள் வந்தனர். மலைகளிலுள்ள பொன்னும், மணியும், புலித்தோலும், யானைக் கொம்புகளும், மயிற்றோகைகளும், ஊனும், பழங்களும், தேனும், பலவகைக் கள்ளும், பழங்களும், கிழங்குகளையும் வேடுவர்கள் கொண்டு வந்திருந்தனர்.

நாகன் விழாவினைத் தொடங்குமாறு கட்டளையிட்டான். திண்ணனாருக்குப் புலி நரம்பினாலே காப்புக்கட்டி வாழ்த்தினார்கள். பின் விழாவிற்கு வந்திருந்தவர்கள் ஐவனம், தினை, புல்லரிசி ஆகியவற்றால் சமைத்த உணவில் ஊனையும்

கிழங்கு வகைகளையும் கலந்து உண்டனர். சிலர் தேனையும், தினைமாவையும் கலந்துண்டனர். சிலர் வெந்த ஊனைத் தேனிலே கலந்துண்டனர். சிலர் விளாம்பழம் கலந்த உணவை உண்டனர். பின் பலவகைக் கள்ளையும் உண்டனர். இவ்வாறு கதிரவன் உச்சிக்கு வரும் வரை உண்பதும் குடிப்பதுமாக இருந்தனர்.

திண்ணனார் வேடர்களுக்குத் தலைமை ஏற்றார். முதல் வேட்டைக்கு அவர்களுடன் சென்று வேட்டையாடினார். தம்முன் எதிர்ப்பட்டக் காட்டுப் பன்றியைக் கொன்றார் பின்பு, நாகனுடன் நீரருந்தச் சென்றார். இருவரும் மலைமீது ஏறினர் உயரே செல்லத் தம்மீதுள்ள பாரம் குறைவதாகத் திண்ணனார் உணர்ந்தார். மலை மீதுள்ள காளாதியப்பரைக் கண்டார். இறைவன் மீது பேரன்பு கொண்டார்.

இறைவன் தனியாக இருக்கிறாரே எனத் திண்ணனார் கவலையடைந்தார். இறைவனுக்கு அமுது செய்ய இறைச்சி கொடுப்பார் எவருமில்லை. இறைவனுக்கு அமுது செய்ய இறைச்சி கொண்டுவர வேண்டுமென்று நினைத்தார்.

ஊனமுது சமைத்தலும்,
இறைவனுக்குப் படைத்தலும் :

திண்ணனார் ஊனமுதைத் தயாரித்தது பற்றி சேக்கிழார் விவரித்துக் கூறுகிறார் பன்றியை நெருப்பினில் காய்ச்சி, அம்பினில் கிழித்துத் துண்டாக்கிய பின்பு அம்பினில் கோர்த்துக் காய்ச்சினார். வாயிலிட்டு அதக்கிச் சுவைத்துப் பார்த்தார். நல்ல இறைச்சியை ஒரு தேக்கிலைத் தொன்னையிலே வைத்து தயாரித்த ஊனமுதை எடுத்துக் கொண்டு மலையேறிச் சென்று இறைவன் முன் வைத்தார். இறைவனிடம் கொழுத்த இறைச்சிகளைக் காய்ச்சி அதக்கிச் சுவை பார்த்துக் கொண்டு வந்துள்ளேன் என்றார். இறைச்சி சுவையாக இருக்கும் திருவமுது செய்தருள்க என்று வேண்டினார். இவ்வாறு இன்மொழி கூறி அமுது செய்வித்தார். பின் இரவு முழுவதும் இறைவனுக்கு

காவல் இருந்தார். மறுநாள் காலையில் இறைவனுக்கு ஊனமுது கொண்டு வர நினைத்தார். அம்பினை எடுத்துக் கொண்டு புறப்பட்டார் திண்ணனார். எதிர்ப்பட்ட காட்டுப் பன்றிகளைச் சரிகையால் குத்திக் கொன்றார். கலை, மரை, கடமை முதலிய மானினங்கள் வருகின்ற வழியில் பதுங்கியிருந்தார். அவ்வழியில் வருகின்ற மானினங்களை வேட்டையாடினார். வேட்டையாடிய விலங்குகளை ஓரிடத்தில் சேர்த்தார். அவற்றை வாளால் பிளந்தார், அம்பினில் கோர்த்தார், நெருப்பு மூட்டி வதக்கினார்.

இறைச்சியைப் பக்குவம் செய்து அதக்கிச் சுவை பார்த்தார். இறைச்சியோடு தேனையும் கலந்தார். இறைச்சியைத் தொன்னையிலே வைத்தார். பொன்முகலி ஆற்றின் நீரையும் மலரையும் எடுத்துக் கொண்டார். மலை மேலேறி வந்தார். இறைவன் முன் இறைச்சியை வைத்தார்.

இறைவனிடம் இவ்விறைச்சி முன்னைய ஊனினும் சிறந்தது என்று கூறினார் பன்றி, கலை, மரை, கடமை முதலானவற்றின் உறுப்புகளைக் கொய்தேன் என்றார். பல விலங்குகளின் உறுப்புகளால் செய்த இறைச்சி என்றார். தேனையும் கலந்திருக்கிறேன். அடியேனும் சுவை பார்த்தேன் என்று கூறினார். இவ்விறைச்சி இனிமையாயிருக்கும் என்று கூறி அமுது செய்வித்தார். இவ்வாறு சேக்கிழார், திண்ணனார் ஊனமுது தயாரித்தமை பற்றி விவரித்துக் கூறுகின்றார்

மலைப்பகுதியில் வாழுகின்ற வேட்டுவக்குடியினர் தேன், தினைமாவு, பல வகைகள், ஊன், பழங்கள், கிழங்குகள் ஆகியவற்றை உண்டு வந்தனர் என்றும், இறைவனுக்கு காட்டுப்பன்றியின் இறைச்சியையும் பலவகை மான்களின் இறைச்சியையும் ஊனமுதாய்த் தயாரித்துப் படையலிட்டதினின்று அக்கால மக்கள் இறைவனுக்கு இறைச்சியைப் படைத்து வணங்கி வந்தனர் என அறிய முடிகிறது.

முடிவுரை:

இறைவன் தன் மீது அன்பு கொண்ட அடியவருக்கு உணவும், தண்ணீர் பந்தல் அமைத்து அடியவர்களை மகிழ்ச்சியுறச் செய்துள்ளார். இறைவனின் அருள்தன்மை, அன்பு சார்ந்த நிலை, தாய்மையுள்ளம் போன்றவைகளை இவற்றின் வழியாக வெளிப்பட சேக்கிழார் பாடல் அமைத்துள்ளார்.

திருவிழாக் காலங்களில் உணவு வழங்குதல், வேடுவர் உணவு முறை இவற்றின் மூலமாக அடியார்கள் இறைவன் மீது கொண்ட அன்பின் வெளிப்பாடு உணர்த்தலாகிறது.

பெரியபுராணம் சித்தரிக்கும் உணவு முறைகள் இறைவனின் சிறப்பு, அடியவர் பண்பு நலன்கள் இவற்றின் மூலம் எளியோருக்கு எளியோரைப் போல தன்னை மாற்றும் இறைவனையும், ஏழைக்குச் செய்யும் தொண்டு இறைவனுக்குச் செய்யும் தொண்டாக அன்றைக்கும் இன்றைக்கும் அடியார்கள், பக்தர்கள் செயல்பட்டதை அறிய முடிகிறது.

19. கல்வியும் ஓர் அறமே

முன்னுரை:

மனிதவள மேம்பாட்டிற்குரிய அறம் கல்வியாகும். மானிடர் ஒவ்வொருவரிடமும் அறிவாற்றல் உண்டு. கல்வியாற்றலை ஒழுங்குபடுத்தி பிறர்க்கு அளிப்பதன் மூலம் ஒருவன் அறம் செய்தவன் ஆகின்றான். ஒவ்வொரு ஆசானும் அறம் செய்பவனே. அழியாத செல்வம் கல்விச் செல்வம். கல்வி கற்பதால் பெருமை அடைய முடியும். இழிநிலைகளை அழிக்க முடியும். மனித சமுதாயம் மாண்புறு சாதனை புரிந்திட காரணியாக அமைவது கல்வி. அக்கல்வி எனும் அறம் இடம் பெறும் அறநூல்கள் வழித் தமிழர் தம் கல்விக் கொள்கையினை மதிப்பிடும் போக்கில் இக்கட்டுரை அமைகிறது.

கல்வியே விளக்கு:

கற்றலும் கற்பித்தலும் கல்வியுள் அடங்கும். கற்றிலனாயினும் கேட்டறிதல் வேண்டும். அழகு எதுவெனில் கல்வி அழகே அழகு என்பர். கற்றவர்க்குக் கல்வியே அணிகலன். தெளிவாகக் கற்றபின் கற்றபடி நிற்பதும் அழகே.

> "கற்க கசடறக் கற்பவை கற்றபின்
> நிற்க அதற்குத் தக"

என்பார் வள்ளுவர். கற்றது உள்ளத்தில் பதிந்து விட்டது என்பது மட்டும் கல்வியாகாது. படித்தவை நன்றாகச் சிந்தித்து உணர்ந்து அதன் படி நடக்க வேண்டும்.

'நன்னடை நல்கல் தந்தைக்குக் கடன்' எனப் புறநானூறு தந்தையின் கடமையைக் கூறுகிறது. நன்னடை என்பது ஒழுக்கத்தையும் போதிக்கும் கல்வியாகும். ஆசிரியன் பின் சென்று கோபிக்காது அவர் வேண்டும் பொருள் கொடுத்துக்

கல்வி கற்க வேண்டும். ஒரு தாய்க்குப் பிறந்த இருவருள் கல்லாத மூத்தவனை மதிப்பதை விடக் கல்வியால் சிறந்த இளையோனையே தாய் மதிப்பாள் எனப் புறநானூற்றுப் புலவர் கூறுவார். நான்மணிக்கடிகை மக்களின் கல்வியே ஒளிவீசும் விளக்கு என்கிறது.

"மனைக்கு விளக்கம் மடவாள் மடவாள்
தனக்குத் தகைசால் புதல்வர் மனக்கினிய
காதற் புதல்வர்க்குக் கல்வியே கல்விக்கும்
ஓதின் புகழ்சால் உணர்வு"

எனக் கற்போர் குறித்துக் கடிகை பேசும்.

இளமையிற் கல்:

அறிவொளி இயக்கம் வழிக் கையெழுத்திட எழுத்தெண்ணிச் சொல்லிக் கொடுத்து அதனால் பயனடைவோர் முதியோரே. இளமையில் படிக்கும் வாய்ப்பை இழந்தோர் முதிர்கண்ணராய் ஆனபின் உணர்வதால் துன்பமே எஞ்சுகிறது. இளமையில் கல்வி கற்பதே மேலானது. இதனையே நான்மணிக்கடிகை,

"இளமைப் பருவத்துக் கல்லாமை குற்றம்
வளம் இலாப் போழ்தந்து வள்ளன்மை குற்றம்
கிளைஞர் இல் போழ்தில் சினம் குற்றம் குற்றம்
தமர் அல்லார் கையகத் தூண்."

எனக் கூறுகின்றது.

வயதானபின் நினைத்துப் பார்க்கின்றனர். இளவயதில் படிக்கவில்லையே என்ற ஏக்கம் ஏற்படுகிறது. துள்ளித் திரிகின்ற காலத்திலே என் துடுக்கடக்கிப் பள்ளிக்கனுப்பிலனே தந்தையாகிய பாதகனே என்று வருந்துவதை விட இளமையில் கற்பது நன்று.

குடமும் ஓலையும்:

கற்றவர் 'கற்றது கைம்மண்ணளவு, கல்லாதது உலகளவு' எனப் பழமொழி நானூறு கூறும். 'கற்றவர் நிறைகுடம், கல்லாதவர் குறைகுடம்'. குறைகுடத்துநீர் தளும்புதல் உண்டு. நிறைகுடம் தளும்புவதில்லை. இப்பழமொழிக் கருத்தை

நாலடியாரிலும் காண முடிகிறது.

“கற்றறிந்த நாவினார் சொல்லார் தஞ்சோர்வஞ்சி
மற்றைய ராவார் பகவர்வர் பனையின் மேல்
வற்றிய வோலை கலகலக்கும் எஞ்ஞான்றும்
பச்சோலைக் கில்லை ஒலி”

என்ற நாலடியில் ஓலை இடம் பெறப் பழமொழியில் தண்ணீர்க் குடம் கருத்தை விளக்க வருகின்றது. காய்ந்த ஓலை சல சலக்கிறது. பச்சை ஓலையோ ஒலி எழுப்புவதில்லை. கற்றவர் பச்சை ஓலைப் பண்புடையவர்.

கல்வியே அழகு:

குஞ்சி அழகும் கொடுந்தானைக் கோட்டழகும் மஞ் சள் அழகும் அழகல்ல, கல்வி அழகே அழகு (நாலடி 131) என கல்வியை அழகு எனும் பண்பில் எடுத்துக் காட்டுவது அறநூலாகும். நெஞ்சத்து நல்லம் யாம் எனும் நடுநிலைமையைக் கல்வி அளிப்பதால் அழகாகிறது. ஆராய்ச்சிக்கு அழகு பொருள்களைத் துணிந்து சொல்லுதலாகும். பெண்ணிற்கு ஒடுங்கிய இடை அழகு. ஒழுக்கத்திற்கு நடுநிலைதவறாத சொல் அழகு. கண்ணுக்கு அழகு கண்ணோட்டம் என அழகை அடுக்குவது சிறுபஞ்சமூலம்.

கற்றறிந்தோர் நிலை:

கல்வியின் நோக்கம் அறிவைப் பெறுவதே. கற்றறிந்தோரே சான்றோர் ஆன்றோர் எனப் பாராட்டப் பெறுகின்றனர். உயர்வு தாழ்வை மாற்றும் ஆற்றல் கல்விக்கு உண்டு.

“கடைநிலத்தோராயினுங் கற்றறிந்தோரைத் தலை நிலத்து வைக்கப்படும். (நாலடி 133:34) ‘எக்காலத்திலும் கற்றவனுக்குச் சிறப்பிடம் உண்டு. கற்றறிந்தோர் நட்பு எப்போதும் இனிமை தரும்.

“கல்லாரே யாயினும் நற்றாரைச் சேர்ந்தொழுகின்
நல்லறிவு நாளுந் தலைப்படுவர்’ (நாலடி 136, 12)

எனக் கல்லாதவர் உயர்வுக்கும் வழி கூறப்படுகிறது.

கேள்வி ஞானம்:

திருக்குறளில் கல்வி கேள்வி கல்லாமை என அதிகாரங்கள் பகுக்கப் பெற்றுக் கல்வி பற்றிய கருத்தாக்கம் விளக்கப்பட்டுள்ளது. நாலடியாரில் கேள்வி என்ற அதிகாரம் இல்லாவிட்டாலும் ஏட்டுக் கல்வியை விடக் கேள்விக் கல்விக்குச் சிறந்த இடம் தரப்பட்டுள்ளது.

எல்லோருக்கும் கல்வி:

தானே கற்றல் கேள்வி வழிக் கற்றல், ஆராய்ந்து கற்றல் ஆகிய கல்வி முறைகளை வள்ளுவர் வகுத்திருப்பினும் ஆய்வு வழிப்பட்ட கல்விக்குச் சிறப்பிடம் தந்துள்ளார். எத்தகைய கருத்தாயினும் யார் கூறியிருப்பினும் அதில் காணும் உண்மையை ஆராய்ந்து காண வேண்டும் என்பது வள்ளுவரின் கல்விக் கருத்தாக்கமாகும். எல்லோர்க்கும் கல்வி வழங்கிட வேண்டும் எனக் கருதுகிறார் வள்ளுவர். ஆண் பெண் இளையர், முதியர், பணம் படைத்தோர், ஏழைகள் என்ற வேறுபாடின்றிக் கல்வி யாவர்க்கும் உரியது என்பது வள்ளுவர் கருத்து. மனு சாத்திரம் என்ற வடமொழி நீதி நூல் கருத்துக்கு மாறாக வள்ளுவர் இக்கருத்தைக் கூறியிருப்பதால் வள்ளுவரின் கல்விக் கொள்கை தமிழர் கல்விக் கொள்கையாகும். குறளை அடியொற்றியே ஏனைய அறநூல்கள் கல்வி பற்றிய கருத்துக்களைத் தொடர்கின்றன.

கல்வியே சொத்து:

சமுதாய நலன் கருதியே அறநூல்கள் எழுகின்றன. சமுதாய ஈடுபாடு கொண்டவர்களே அறநூல்கள் படைப்பர். மக்களின் மன நலத்திற்கு கல்வி வளம் தேவை. கல்வியால் அறிவுப் பெருக்கம் ஏற்படுகிறது. அவ்வறிவும் பண்பாட்டு முறையில் அமையும் போது மனித நலம் வளம் பெறுகிறது. விலங்கிலிருந்து வேறு பட வைப்பது, சமூக அந்தஸ்தைத் தருவது கல்வியே. பண்பாட்டுக் கல்வி உயர் பதவியைத் தரும். மனிதப் பண்பு உடையவர் இருத்தலால் உலகம் இயங்கிக் கொண்டிருக்கிறது. ஒரு தாயின் மகிழ்ச்சி அவளது மக்களின் கல்வி அறிவில் தான் உள்ளது.

"தம்மின் தம்மக்கள் அறிவுடைமை மாநிலத்து
மன்னுயிர்க்கெல்லாம் இனிது" (குறள்:68)

என்பதால் கல்வியால் அறிவைப் பெருக்கிக் கடமைகளை நிறைவேற்ற வேண்டும். அறியாமை என்ற நோயை அழிக்கும் மருந்து கல்வி என நாலடியார் கூறுகிறது.

"எம்மை உலகத்தும் யாழ் காணோம் கல்வி போல்
மம்மர் அறுக்கும் மருந்து" (பாடல் 132)

எனக் கூறப்படுவதால் அறியாமை நோயாகின்றது. பசியும் பகையும் போக்கிவிட்டால் நாடு நலம் பெறும். மனித வளத்திற்குக் கல்வி இன்றியமையாததாகும்.

"எச்சம் என ஒருவன் மக்கட்குச் செய்வன
பிச்சை மற்றல்ல பிற" (நாலடி பா.134)

என்ற அடிகளில் வாரிசுகளுக்குச் சொத்து எனப் பெற்றோர் வைக்கப் பெறுவதற்குரியது கல்வியேயாகும். அன்னசத்திரம் ஆயிரம் வைப்பதை விட ஏழைக்குக் கல்வி கற்பிப்பது மேல் என்பதும் பாரதியின் கருத்தாக்கமே.

முடிவுரை:

கல்வியறிவின் பெருமையை நன்கு உணர்ந்த புலவர் பெருமக்கள் தாம் படைத்த அற நூல்களில் கல்வியைப் பகுத்தும் தொகுத்தும் கூறியுள்ளனர். பெற்றோர் தம் மக்களுக்குச் சொத்துச் சேர்க்க விரும்பினால் மக்களைப் படிக்க வைப்பதே பேரறமாகும். கீழ்க்கணக்கு நூல்களில் நீதி உரைக்க வந்த நூல்கள் அனைத்திலும் கல்வியின் மேன்மை பற்றிய செய்திகள் இடம் பெற்றுள்ளன. மன்னராட்சிக் காலத்தில் எழுதப்பட்டிருப்பினும், இன்றைய மக்களாட்சிக் காலத்தில் எழுதப்பட்டிருப்பினும், இன்றைய மக்களாட்சிக் காலத்துக்கும் ஏற்ற அறங்கள் இடம் பெற்றுள்ளன.

20. கோவலனின் நெஞ்சை அள்ளியது

'நெஞ்சையள்ளும் சிலப்பதிகாரம்' என்ற அடைமொழியைத் தந்தவர் மகாகவி பாரதியார். தன்னிகரற்ற தலைவன் காப்பிய நாயகனாய் இருக்க வேண்டுமென்ற தண்டியின் காவிய மரபைத் தகர்த்த இளங்கோ தாம் படைத்த பாட்டுடைச் செந்தமிழ்க் காப்பியத்தில் கோவலனை மாதவியின் ஆசை நாயகனாக உருவாக்கினார். அக்கோவலனின் உள்ளத்தைக் கொண்டது எது எதனால் என்பதை ஆய்வது இக்கட்டுரையின் நோக்கம்.

பூம்புகார்த் துறைமுகப் பட்டினத்தில் பெருவாணிகன் மாசாத்துவான் மகன் கோவலன் பெருவணிகன் மாநாய்கன் மகள் கண்ணகியை மணந்தான். பதினாலு வயது வாலிபன் பன்னிரு வயது இளம் பெண்ணுடன் சில ஆண்டுகள் வாழ்ந்தான். பெற்றோர் பார்த்து வைத்த ஏற்பாட்டுத் திருமணம், மன்னராட்சிக் காலம். மன்னன் சபையில் கணிகையர் குல மகள் மாதவியின் நடனம், பெருஞ்செல்வர்க்கு மட்டும் அழைப்பு. கோவலன் நடனம் காண வந்தான். மாதவி மீது மோகம் கொண்டான். வயந்த மாலை கை மாலைக்கு விலை தந்தான். வடுநீங்கு சிறப்பின் மனையகம் மறந்து மாதவி வீடே துறக்கம் என எண்ணினான். பெற்றோர் ஈட்டிய பணம் கோவலன் கையில் கிடைத்தன எல்லாம் செலவாகி மாதவியிடம் பொய்க் கோபம் ஏற்பட்டுப் பிரிந்தே வந்து விடுகிறான்.

ஆசைக்கோர் அளவில்லை. முதலில் கண்ணகி அடுத்து மாதவி. வாழ்விற்குத் தேவையான பொருள் இழந்தபின் ஊர்விட்டு ஊர் செல்ல நினைப்பு. மண்ணாசை பொன்னாசைகள் தாம் பேரரசுகளைச் சாய்த்துள்ளன. மானிட வாழ்வில் ஏற்படும் ஆசைகளில் கோவலனுக்கு முதலில் ஏற்பட்டது பெண்ணாசை.

கட்டுப்பாடான ஆசை கண்ணகியுடன் இருந்தது. ஒழுக்கசீலன் எனப் பெயர் எடுத்தான். கட்டற்ற ஆசை மாதவியிடம் செல்ல வைத்தது. கோவலன் கொண்ட ஆசை தனிப்பட்ட உருவப் பற்றாகும். உடைமைப் பற்று கானல் வரியோ, தனி உடைமையை நெஞ்சளவில் உடைத்தது. உதறிவிட்டான். நெஞ்சை யள்ளிய அழகு பொதுமகளோ என்ற நினைப்பு வந்ததும் வெறுப்பாக மாறிவிட்டது. தான் மட்டுமே அவளை அடக்கி ஆள வேண்டும் என்ற நினைப்பு 'தான்' என்னும் எண்ணத்தைச் சுற்றி அமைந்தது. அது முடியாதபோது பிரிவு ஏற்படுகிறது. பிறர் முகத்தில் விழிக்க நாணுகிறான்.

"குலம் தருவான் பொருட் குன்றம் தொலைத்த
இலம்பாடு நாணுத் தரும்"

என்று கண்ணகியிடம் கூறுகிறான். பெண்ணாசை குறைந்ததும் பொருளாசை ஏற்பட்டுத்தான் மதுரைக்கு வருகிறான்.

கானல்வரி கதையில் திருப்பு மையம் கணிகையர் உறவு பொருள் உள்ள வரைதான் என்ற பட்டறிவு கோவலனுக்கு ஏற்பட்டது. பொருளால் தான் இன்பத்தைப் பெற முடிந்தது. பொருள் தீர்ந்ததும் துன்பத்துக்குள் தள்ளப்பட்டான். செல்வந்தரே அன்று கணிகையருடன் தொடர்பு வைத்திருந்தனர். ஆதிக்கச் சாதியினரின் அன்றைய கால வழக்கு கோவலனுக்கு நன்கு தெரியும். கணிக்கையர் வீதி சென்றவன் வறுமையுற்ற பின் வணிகர் வீதிக்கு வர நாணுகிறான்.

கொண்ட ஆசைக்குத் தடை என்றதும் உள்ளப் போராட்டம் தொடங்குகிறது. தன்மானத்துக்குக் கேடு நேருமே என்ற அச்சமும் சேர்ந்து கொள்கிறது. உடல் மெலிந்து விடுகிறான். இதனை இளங்கோ, "உட்புலம்புறுதலின் உருவம் திரிய" என்கிறார். மானக்கேட்டிற்குப் போராட்டத்தைப் புலம்பெயர்வு அமைகிறது. மனப்போராட்டத்தை முடிவுக்கு கொண்டு வர மதுரைக்கு அழைத்து வரப்படுகிறான். பொருளில்லை எனில் இவ்வுலகில் வாழ்வில்லை மதிப்பில்லை என்பதால் பொருளீட்ட வெளியூர் புறப்பட்டான். பெற்றோரிடம் பணம் பெற அவன் மனம் மறுக்கிறது. ஒழுக்கக் கேடான செயல்பாடுதான் காரணியாக அமைகிறது. செல்வந்தர் வாழ்வில் இது சகஜம்தான் என்றாலும் கோவலன் தன் மதிப்புப் பற்றுடையவனாக

இருந்தமையால் வெட்கங்கெட்ட செயல் செய்து விட்டதாக நினைக்கிறான். நெஞ்சை அள்ளியது ஆசை. அவ்வாசைக்குத் தடை ஏற்பட்ட போது மனமுறிவு ஏற்படுகிறது. இம்மனமுறிவே உள்ளத்தில் போராட்டத்தை உண்டாக்குகிறது. போராட்டம் மன அழுத்தத்தை தந்தது. தற்காப்புக்குக் கேடு தன்மானத்திற்கு இழுக்கு என ஏற்பட்டதால் தான் வெளியேறுகிறான்.

மதுரை யாத்திரை ஒரு மான யாத்திரையே, பொருளீட்ட மட்டுமன்று, ஊரில் இருந்தால் மானமே போய்விடும் என்று நினைக்கும் மனத்தை உடையவன் கோவலன். உள்ளூரில் இருந்து சமுதாயத்தை எதிர்கொள்ளாது ஊரை விட்டு விலகிச் சென்றுவிடும் மனோபாவனையே கோவலனை மதுரைக்குத் துரத்தியது. அவமானம் ஏற்படாது தன்னைப் பாதுகாத்துக் கொள்ளவே கண்ணகியோடு மதுரை செல்லத் திட்டமிடுகிறான். பெற்றோருக்குத் தொல்லை கொடுக்க விரும்பவில்லை. தானே தனித்தியங்கும் எண்ணமே மேலோங்குகிறது. சுற்றத்தார் உதவியையும் நாடவில்லை. தன்மான உணர்வு மிக்கவன் கோவலன். பொருள் முழுதும் தீர்ந்து விடவில்லை. காற்சிலம்புகள் உள்ளன என்று கூறிய பின்தான் அதனை விற்றுப் பணமாக்கி முதலீடு செய்து வணிகம் பார்க்கலாம் என்ற நினைப்பு வருகிறது. உள்ளூரில் சிலம்பை விற்க மனம் ஒப்பவில்லை. தன்மானம் தடுக்கிறது.

கணவன் சொன்னால் உடனே புறப்பட்டு விட வேண்டுமா "எழுகென எழுந்தாய் என் செய்தனை" எனக் கண்ணகியிடம் கோவலன் கேட்பதில் அவள் தன் சுய சிந்தனையைப் பயன்படுத்தவில்லையே என்று குறைபட்டுக் கொள்கிறான்.

தாழ்நிலை நீக்கம்:

ஒரு தாழ்வை நீக்க வேறொரு செயலில் ஈடுபட்டு முந்தையதை மறப்பது குறைவை நிறைவு செய்வதாகும். இடமாற்றம் மனமாற்றத்தைத் தரும். இழப்பை ஈடு செய்யும். மாதவியால் பொருள் இழப்பு. அதனால் சுற்றத்தார் முகத்தில் விழிக்கத் தயக்கம். இத்தயக்கத்திற்கு மாற்று வழி ஊரை விட்டு வெளியேறுவதுதான். உறவினரை உள்ளூரில் சந்திக்க விரும்பாததால் ஊர்விட்டோடும் நினைப்பு ஏற்படுகிறது. தாழ்வையும் மறக்கடிக்கும் என்பதால் வேற்றூருக்கு இடம்

பெயர்கிறான் கோவலன்.

பேரூர் முதல் பேரூர்:

பழைய நிலை அடைதல் என்னும் இலட்சியம் மனத்தில் இருந்தாலும் வாணிபம் செய்து பிழைக்க முடிவு செய்கிறான். சோழர் பேரூரில் இருந்தவன் மற்றொரு பேரூர் சென்றால்தான் பெரு வணிகம் செய்து பெரும் பொருளீட்ட முடியும் என்பதால் மதுரையைத் தேர்ந்தெடுக்கிறான். செல்லப்பிள்ளையாக வளர்ந்தவன் வண்டிகளில் ஏறிச் சென்றவன் நடைப் பயணம் மேற்கொள்வதால் வழி தெரியாது திண்டாடி விடுவான். பெண்ணுக்குத் துணை பெண்ணாக இருப்பின் நன்று எனக் கருதி இளங்கோ கவுந்தியடிகளைப் படைத்து வழித்துணையாக்குகிறார்.

நெஞ்சை அள்ளிய காதலால் தான் கண்ணகியைக் கோவலன்

"மாசறு பெண்ணே வலம்புரி முத்தே
காசறு விரையே கரும்பே தேனே"

என ஐம்புலனுகர்வுக்கும் பொருள் கூறி அழைக்கிறான்.

"கண்டு கேட்டு உண்டு உயிர்த்து உற்றறியும் ஐம்புலனும்
எண்டொடி கண்ணே உள"

எனக் குறளாசிரியர் கூற்றுப் பொருந்தும் வண்ணம் மெய், வாய், கண், மூக்கு, செவி ஆகிய ஐம்பொறி நுகர்வுக்கும் வழி வகுத்துப் புகழச் செய்கிறார். மாதவியிடம் ஐம்புலனுகர்வை அனுபவித்ததால் பகுத்துப் பாராட்டப்படவில்லை. கோவலனின் நெஞ்சை அள்ளியது கண்ணகியின் காதலே. காதல் வசப்பட்டால் கவிதை தானாக வரும் என்பதற்கேற்ப இளங்கோ உலவாக் கட்டுரையை உரைக்கச் செய்கிறார்.

ஆசையா காதலா நெஞ்சை அள்ளியது என்பதைப் பா வரிகள் திருமணம் ஆனபின் ஏற்பட்ட காதலும் பெண்ணாசையால் மாதவி மீது ஏற்பட்ட ஆசையும் கோவலனின் நெஞ்சை அள்ளியது எனலாம்.

21. ஈரோடு தமிழன்பன் கவிதைகளில் உத்தி

முன்னுரை:

சென்னிமலை ந.செகதீசன் எனும் இயற்பெயருடைய ஈரோடு தமிழன்பன் மரபுக்கவிஞராய், புதுக்கவிதையாளராய், புதினப் படைப்பாளியாய், கட்டுரை வல்லாராய், கவியரங்கச் செம்மலாய், சிறுகதை எழுத்தாளராய், சினிமா இயக்குநராய், திரைப்படப் பாடலாசிரியராய்த் திகழ்ந்து வருபவர். இவரது புதுக்கவிதைகள் உருவத்தில் பல புது வடிவங்களைக் கொண்டவை. உள்ளடக்கச் செய்திப் படிமங்களாய், குறியீடுகளாய், முரணுரையாய், உவமைகளாய், அங்கதமாய், உருவாக்கப்பட்டுள்ளன. உள்ளடக்கங்களில் இவர் கையாண்ட உத்திகளை விளக்கும் முகமாக இக்கட்டுரை அமைகிறது.

உத்தி விளக்கம்:

கவிதையில் மொழியும் வடிவமும் கவிஞனால் தேர்ந்தெடுக்கப்படுகின்றனவை உத்தியாக அமையும். மொழியோடும் வடிவோடும் இணைக்கின்ற திறமே உத்தி எனப் பெயர் பெறுகிறது.

“உத்தி என்ற சொல்லுக்குப் பொருத்தம், அனுமானம், நியாயம், கூரிய அறிவு, சூழ்ச்சி, புத்திமதி, விவேகம், ஆராய்வு, உபாயம்” என்னும் பொருள்களைச் சென்னைப் பல்கலைக் கழகச் சொற்களஞ்சியம் கூறுகிறது.

“உத்தி என்ற சொல்லுக்குத் தனித்துறை, முறை, நுட்பம், கலைப்பணி, கலை நுணுக்கத்திறம், கலை நுணுக்கக் கூறு, தொழில் துறை நுட்பம், தனிச் செய்முறைத் திறம்” என்னும் பொருள்களைத் தமிழ்ச்சொல் அகராதி கூறுகிறது. கவிஞரின்

கவிதைகளில் பண்புகளையும் ஆளுமையையும் கண்டு அறிய அவர் தெரிந்தெடுத்துப் பயன்படுத்தியுள்ள சொல், சொற்கோவை, தொடரமைப்பு, உரைக்கோவை ஆகியவற்றின் மூலமாக அறிந்து கொள்ள வாய்ப்பு உண்டு. கவிதையின் உள்ளடக்கத்தை உணர்த்தும் முறையே உத்தியாகும். உள்ளடக்கத்திற்கும் உத்திக்கும் நெருங்கிய தொடர்பு உண்டு. கவிதைகளில் இடம் பெறும் உத்திகளைப் படிமம், குறியீடு, அங்கதம், முரணுரைகளை இக்கட்டுரை விளக்குகிறது.

ஈரோடு தமிழன்பன் சமூக அக்கறையில் நடப்பியல் தன்மையுடன் கூடிய புதுக்கவிதைகள் புனைந்துள்ளார். கருத்துப் பதிவு முறைகளில் படிமங்களை மிகுதியாகப் பயன்படுத்தியுள்ளார். "உவமை உருவங்கள் தமிழன்பனது கவிதையில் படிமங்களாகப் பரிணமித்துள்ளன என்று கலாநிதி சு. கைலாசபதி கூறுகிறார். தமிழன்பனின் படிமம் ஒவ்வொன்றும் ஓர் அற்புதக் காட்சியாய் நம் நினைவுக்கு வந்து பின்னால் நகருகிறது" என்று கோவை ஞானி மதிப்பீடு செய்துள்ளார்.

ஏழ்மை நிலைப்படம்:

கவிதை படிப்பவன் மனத்தில் காட்சியை எழுப்பிக் காட்டும் முறை காட்சிப் படிம முறையாகும். ஓவியம் போல் வரைந்து காட்டப்பட்ட பின் அது காட்சியாகப் பதியும். பனி பெய்யும் பகல் எனும் தொகுப்பில் ஏழ்மை நிலையைப் படமாக்குகிறார். மழைக்குக் குடை எடுத்து போக ஒருத்தி மறந்து விட்டாள். நனைவதுடன் வாகனச்சேறும் வந்து சேர, வேக நடையால் செருப்பு அறுந்துவிட வீடு வருகிறாள்; வீடோ இடிந்த கூரையாகி, தன் குழந்தை நனைந்திருக்க

அழுக்குச்சரித போட்டிருந்த
சன்னல் கம்பிகளில்
மழை எழுத்துக்கள்
அச்சுக்கோத்துக் கொண்டிருந்தன
ஆகாயக் கவிதையை என்றும்
இராவளர்ந்துக்

குருவிக் கூட்டில்
தாயின் வாய்க்குள் தீனிதேடும்
குஞ்சுகளின்
ஓசைச் சிறுக்கல்கள்

என்றும் ஈரோடு தமிழன்பன் பாடுகிறார்.

சூரியன் மறைவுக்காட்சி:

மாலை நேரம் சூரியன் மறைகிறான்.
நானின்
கழுத்தைக்கவ்விய சூரியன்
இரத்தம் சொட்டச் சொட்ட அதை
இழுத்துக் கொண்டே மறைகிறான்
மேற்கில்

எனச் சூரிய மறைவில் வானம் சிவப்பதைக் காட்சிப் படிமம் ஆக்கிக் காட்டுகிறார்.

விண்மீனின் காட்சி:

வேட்டைக்காரன் வீசும் துப்பாக்கித் தோட்டாக்களின் சிதறல்களாய் வானத்து நட்சத்திரங்கள் காட்சியளிக்கின்றன. இதனைக் கவிஞர்,

இரவை
எந்த வேட்டைக் காரனோ சுட்டு
வானத்தில் அங்கங்கு பதிகின்ற
துப்பாக்கித் தோட்டாக்கள்

எனக் குறிப்பிடுகிறார்

விடிவெள்ளி விடியற்காலைப் பொழுதில் தெரியும் நட்சத்திரக் காட்சியை

கை ஓய இருளை
விடியும் வரை
கடந்த இரவு
ஒரு துளி வெண்ணெயாய் உயரத்தில்
அதை வைத்து விட்டு நகர்கிறது

என்றும்,

காசுக்காக இரவு பிழிந்த
காமச்சக்கையாக
கிடப்பவர்களை
அந்த வெளிச்சமச்சம்
விலகி
வெகுதூரத்தில்
நின்றது

என்றும் விடி வெள்ளியை வெண்ணெயாய் மச்சமாய்க் காட்டுகிறார். காலையில் தயிர் கடையும் போது வெண்ணெய்த்துளி வானில் போய் ஒட்டுவதாகக் கற்பனை செய்கிறார் கவிஞர்.

சிலந்தி வலை

அப்பாவும் அவர் குடையும், என்ற தலைப்பில் அமைந்த கவிதையில் சிலந்தி வலை ஒன்றைக் காட்சிப்படுத்துகிறார்.

அந்த ஃ அன்னை இறந்தார்
அப்பா இறந்து ஃ ஐந்தாண்டுகள் கழிந்தது
அப்புறம் ஃ அப்பா குடையையாரும்
எடுப்பதில்லை ஃஅப்பாவின்
மிச்சமுள்ள கோபங்கள் ஃ எதும் செய்ய
முடியவில்லை ஃ வளரும்
சிலந்திவலைகள்

எனப் பயனற்றுப் போன பழங்குடையின் நிலை வழிச் சிலந்தி வலையைப் படிமம் ஆக்கியுள்ளார்.

குறியீடு

கட்சி ஆட்சியின் குறைபாடுகளைச் சுட்டும் ஈரோடு தமிழன்பன் அதனைக் குறியீடு மூலம் விளக்குகிறார்.

இது
வசந்த காலம் அல்ல
நம் வேதனைகளின்
வெப்பம் தசிக்கும் கோடை இது. (தொகுதி 4 ப.254)

எனக் கோடை வெப்பத்தைக் குறியீடாக்குகிறார்

இரத்தப் புற்றுநோய் கண்ட
இந்திய ஜனநாயகத்தின் கழிப்பிடங்களே கட்சிகள். (மேலது)

என இரத்தப் புற்று நோயுடன் கட்சி அரசை ஒப்பிட்டு மக்களாட்சிச் சீர் கேட்டிற்குக் கட்சிகளே காரணம் என்கிறார்.

தமிழ்ப் பற்று:

தமிழ்க்கல்வி பள்ளிகளில் இல்லை. பள்ளியில் பயிலும் பிள்ளைகள் தமிழரல்லாமல் ஆங்கிலராகப் போய்விட்டதாகக் கூறவதிலும் குறியீடு உள்ளது.

இங்கு தமிழ்நாடு
சரியில்லை என்பதனால் பள்ளிகளில் அயல் நாட்டைப்
பயிரிடுகிறோம் பெற்ற பிள்ளைகளையே
மறுபிரசவம் செய்கின்றோம்.
ஆங்கில பிள்ளைகளாய் (கவிதைத் தொகுதி, ப. 276)

எனத் தமிழர் தமிழை மறந்து விடுவார்கள் என்று குறைப்படுகிறார். அயல் நாட்டைப் பயிரிடுவது எனப் பயிருடன் ஒப்பிட்டுக் கூறுவது குறியீட்டுப் பொருளைத் தரும். கவிஞர் தம் மொழிப்பற்றையும் உடன் கூறுகிறார். கோவில்களில் தமிழ் மந்திரம் ஒலிக்கவில்லை என்ற ஆதங்கமும் அவருக்கு உண்டு. உமையம்மை ஞானசம்பந்தனுக்குத் தமிழ்ப்பால் ஊட்டினாள் என்பது தேவார ஆசிரியன் வரலாறு. இன்றோ புட்டியில் வடமொழிப்பால் புகட்டுவதால் சம்பந்தர் தமிழ்ச்சம்பந்தம் இழந்ததாகக் கருதுகிறார். நீதி மன்றத்தில் தமிழ் இல்லாததால் நீதிதேவதை காதுகளையும் கட்டிக் கொண்டதாகக் கற்பனை செய்கிறார்

தமிழுக்குச்
சவப்பெட்டியா இந்தத்
தொலைக்காட்சிப் பெட்டி? (மேலது)

என்ற வினாவில் சின்னத்திரைகளில் தமிழ் ஒலி கேட்பதில்லை என்பதையே சுட்டுகிறார்.

குறியீடு:

தமிழன்பன் திரும்பி வந்த தேர்வலம் கவிதைத்

தொகுதியில் குறியீட்டு உத்தியைப் பயன்படுத்தி அறிவியல் செய்தியை விளக்குகிறார்.

அறிவியலின் வெற்றி மகுடத்திற்குச்
சிறகுகளைச் சேகரிப்போம் ஆனால்
புறாக்களை நட்டப்படுத்தியல்ல. (திரு.தேர் வலம், ப.22)

என்பதில் சிந்தனையால் அறிவியலை ஆக்கத்திற்குப் பயன்படுத்த வேண்டும் எனக் கூறுகிறார்.

அணுக்கரு உற்பத்தி மனித வர்க்கத்தை அழித்துவிடும். அதனை நிறுத்த வேண்டும் என்கிறார்.

ஞான மானுடன்
கேள்விக் கோப்பையில்
பிரபஞ்சமே பிழியப்படுகின்றது.
இயற்கை ஆப்பிள் இழுப்புண்டு விழுந்தது பூமியில். (மேலது)

என்ற வரிகளில் மனித சமுதாயம் மிகப்பெரிய ஆபத்தை எதிர்நோக்கியிருப்பதால் உலகம் அஞ்சுகிறது. அணுக்கருவிகள் பெருகினால் அன்போ கருணையோ உலகில் இருக்காது என்பதைக் குறியீட்டு உத்தியில் விளக்கியுள்ளார்.

முடிவுரை:

கவிஞர் ஈரோடு தமிழன்பன் அவர்கள் படிமம், குறியீடு ஆகிய உத்திகளைக் கையாண்டு தமது படைப்பாளுமையைப் புலப்படுத்தினமை மட்டும் இங்கு ஆராயப்பட்டுள்ளது. தமிழ்க்கல்வி தமிழ்நாட்டில் இல்லை எனக் கூறுவதன் மூலம் தமது உணர்வை வெளிக்காட்டியுள்ளார்.

22. பாமர மக்கள் இலக்கியத்தில் பழமொழி

பழமொழி விளக்கம் :

பழமொழி என்பது தொன்மையானது. நீண்ட அனுபவத்தில் பிறந்த குறுகிய வாக்கியங்களே பழமொழியாகும். தொல்காப்பியர்: முதுசொல், முதுமொழி எனக் குறிப்பிட்டுள்ளார்.

'பாட்டு உரை நூலை வாய் மொழி பேசியே
அங்கதம் முது சொல்லோடு அவ்வேழ் நிலத்தும்

(தொல்.செய்.79)

'நீ அறிந்திலையோ நெடுமொழி அன்றோ'

(சிலம்பு, ஊர்காண் காதை 49)

'பண்டே யுரைத்த பழமொழி மெய்யாக் கண்டேன்'

(பெருங்கதை 163738)

எனப் பெருங்கதையும்,

'பல்லோர் கூறிய பழமொழி எல்லாம்
வாயே யாகுதல் வாய்த்தனம் தோழி'

(அகநா.களிற்றியானை நிரை மருதம் 66)

என அகநானூறும் கூறுகிறது.

கருவாச்சியில் பழமொழி:

பழமொழிகள் காவியம் படைப்பதற்குப் பயன்பட்டிருக்கிறது என்பதைக் கவிப்பேரரசு வைரமுத்து படைத்த, 'கருவாச்சி காவியம்' மூலம் காணலாம்.

"பழமொழிகள் மக்கள் அனுபவத்தின் திரண்ட சாறு என்பார் தட்சிணாமூர்த்தி. ஒரு நாட்டின் பழக்க வழக்கங்கள் சாதி, சமயம், தொழில், அன்பு, பண்பு, காதல் முதலிய எல்லாப் பாகுபாடுகளையும் கண்டறிவதற்கு உதவுகின்றன" என்று கழகப் பழமொழி அகரவரிசை சுட்டுகின்றது. வாழ்க்கை அனுபவத்தின் பிரதிபலிப்பாகப் பழமொழிகள் விளங்கி வருகின்றன. இத்தகைய பழமொழிகள் கருவாச்சி காவியத்தில் வைரமுத்துவால் பரவலாகக் கையாளப்பட்டுள்ளன.

கருவாச்சியை விவாகரத்து செய்துவிட்டு பின்னும் அவளைத் துன்புறுத்தும் செயலில் ஈடுபட்ட கட்டையன், அவள் வீட்டு வயலை யாரும் உழக் கூடாது என்று மிரட்டினான். கருவாச்சியின் தாயார் பெரியமூக்கி கையைக்காலைப் பிடித்து ஒருவனை ஏர் உழுவதற்கு ஏற்பாடு செய்கிறாள். அவன் ஏர் உழுது கொண்டிருக்கும் போது மாட்டை அவிழ்த்துவிட்டு தகராறு செய்கின்றனர் கட்டையனின் ஆட்கள். அப்போது மனம் வெறுத்தவனாக, "கேணப்பய ஊர்ல கிறுக்குப் பய நாட்டாமையா இருக்கு" என்று கூறிச் சென்று விடுகிறான். ஊரில் இவர்கள் செய்யும் அக்கிரமங்களை நாட்டாண்மை செய்பவர் தட்டிக் கேட்கவில்லை. ஆதலால் ஊரில் உள்ளவர்களைக் கேணப்பயல்கள் என்று கோபமாகச் சாடியுள்ளதைக் குறிப்பிட்டுள்ளார்

"கார்த்திகை மாசம் ஏச்சாலும் களையெடுப்பு மழை ஏய்க்காதப்பா"

(ப.72)

என்ற பழமொழி எழுவது எம்பது வருசமாக ஆகாயத்தையும், பூமியையும் பாத்துப் பாத்துப் பழகுன கண்ணு பொய் சொல்லுமா? என்று கூறுவதனால் அவர்களின் அனுபவப் பாடமே பழமொழியாக மிளிர்வதை உணரமுடிகிறது.

"முடவன் கொம்புத்தேனுக்கு ஆசைப்படலாமான்னு"

(ப.90)

ஒரு பழமொழி சொல்லுவாக. தப்பான பழமொழி அது. ஆசப்படக் கூடாதுன்னு சொல்லலாமா? ஆசப்படறதுல என்ன

தப்பு? என்று கொண்ணவாயனின் காதலைப் பற்றிக் கூற வருகையில் வைரமுத்து கூறியிருப்பது. பழமொழியை அவர் புதிய கோணத்தில் சிந்தித்திருப்பதை உணர்த்துகிறது.

“வாய்க்கட்னவ பிள்ள வளப்பா!
வயத்தக் கட்னவ புருசன வளப்பா”

என்ற பழமொழி குழந்தை வளர்ப்பு, கணவனைப் பாதுகாத்தல் என்ற இரண்டு செயலையும் உள்ளடக்கியதாகும். சுருங்கிய வார்த்தைகளுக்குள் வாழ்க்கைக்குத் தேவையான செய்திகளை உள்ளடக்கி வழங்கப் பெறும் பழமொழி காலத்தால் அழியாத பேறு பெற்றதாகும்.

தொகுப்புரை :

வெகுசன இலக்கியம் என்பது பாமரர் இடையே வாய்மொழி இலக்கியமாக வருவது ஆகும். தலைமுறை தலைமுறையாகச் சொல்லப்பட்டு வந்த இவ்வகை இலக்கியம் அதிகமான மக்களால் உருவாக்கப்பட்டதாகும். செவிவழி வந்த பழமொழிகள் பாமரரிடையே வழங்கும் போது கொச்சைத் தமிழில்தான் இருக்கும். இது வழக்கியல் பழமொழி ஆகும். இலக்கிய கர்த்தாக்கள் பயன்படுத்தும் போது இலக்கிய இயல் பழமொழியாக மாறுகின்றது. நல்ல தமிழில் வழங்கும் ஆள் பாதி, ஆடை பாதி என்று கூறப்பெறும் உடை பற்றிய பழமொழி இலக்கிய வியலுக்கும் வழக்கியலுக்கும் பொருத்தமாகின்றது.

கவிஞர் வைரமுத்து படைத்த கருவாச்சி காவியம் குறிப்பிட்ட மண் சார்ந்தது. அம் மண்ணின் மணம் மகிழ பாத்திர பேச்சுகளில் சொந்தமாகப் பழமொழிகளைக் கையாண்டுள்ளார்

கதை நிகழும் வட்டாரத்தைப் படிப்பவர் நினைக்கும் படியாகப் படம் பிடித்துக் காட்டுகிறார். அதற்கு வெகுசன இலக்கியமாம் பழமொழி பயன்பட்டிருக்கிறது.

23. கவிப்பேரரசு வைரமுத்து கவிதைகளில் சமுதாயச் சிந்தனைகள்

முன்னுரை :

கவிஞர் வைரமுத்து சமுதாயம் பற்றிய சிந்தனையும் தெளிவும் உடையவர். அவர் தம்முடைய புதுக்கவிதை நூல்களிலும் பல சமுதாயச் சிந்தனைகளைப் பதிவு செய்துள்ளார் இன்றைய புதுக் கவிஞர்களில் சிகரத்தை எட்டி அதில் சிம்மாசனம் பேட்டு அரசாள்கிறவர் கவிஞர் வைரமுத்து. காதல், பெண்ணியம், அலுவல் மகளிர் பற்றிய அவருடைய சமுதாயச் சிந்தனைகளைக் கீழே காண்போம்.

காதல் :

சங்க காலத்தில் போரும் காதலுமே கவிஞர்களின் கவிதைகளின் பாடு பொருள்களாக இருந்தன. சங்கப் பாக்களில் காதல் பற்றிய பாடல்களே அதிகம் எனத் தமிழ்க் காதல் குறித்து ஆய்வு செய்த முனைவர் வ.சு.ப. மாணிக்கனார் கூறியுள்ளார். சமுதாயத்தில் "காதல்" ஒரு குறிப்பிட்ட இடத்தைப் பெறுவதால் கவிஞர் வைரமுத்து காதலை மையமாகக் கொண்டு கவிதை புனைந்துள்ளார். பாரதியார், "காதல், காதல், காதல் போயின் சாதல், சாதல்" எனப் பாடினார் காதல் நாடகத்தில் காவியத்தில் காதலைப் போற்றும் மக்கள் நடப்பியலில் வெறுக்கின்றனரே எனப் பாரதியார் கருத்துக் கூறியுள்ளார்

இயற்கையோடு புனைந்த காதல் :

வானவில்லைத் தண்ணீர்த் தூறலில் கண்டிருக்கலாம். அந்த வானவில் வர்ணங்களில் நிறப்பந்தத்தில் உள்ளது. தண்ணீர்த் தூறலில் கலையாத வானவில் தான் காதல். அக்காதல் மேகம்தான் மழை என்னும் கரிமலையில் மழை பெய்து இன்ப நிலையை ஏற்படுத்தும்.

"வாலிபம் காந்தி பார்க்கும்
திருவோடும் இதுதான்
வாலிபம் ஆடிப் பார்க்கும்
கிரீடமும் இதுதான்" என

இளமையைக் காதலுடன் இணைத்துக் காண்கிறார். காதலர்கள் கொல்லப்படுகின்றனர். காதல் சாகவில்லை. அனார்கலியின் நினைவு சாலமன் ராஜா அரண்மனையில் கல்லறைக் கூடமாயிற்று. தேவதாஸ் வாவூத்தீவில் கரையோரம் போய்ச் சேர்ந்தது. அம்பிகாபதி அமராவதி காதல் வர்க்கப் போட்டியாய் அமைந்தது என எழுதும் பேனாவில் ரத்தம் மையாவதால் அப் பேனாவைப் பிணத்தின் கையில் கொடுத்து விடுங்கள்.

"போதும்
காதலுக்கு
இரங்கற்பா எழுதுவோரே
உங்கள் பேனாவைப்
பால் கணக்கு எழுத மட்டுமே
பயன் படுத்துங்கள்"

எனக் காதலின் தன்மையை விளக்குகிறார்.

பெண்ணியம் :

பெண்ணுரிமைப் போராட்டம் யாவும் பெண்ணியத்துள் அடங்கும். 'ஆணும், பெண்ணும் சரிநிகர் சமானமாய் வாழ்வோம் இந்த நாட்டிலே' என்ற பாரதி வழிக் கவிஞர் வைரமுத்துவும் பெண்ணியச் சீரழிவையும் சீற்றத்தையும் உணர்த்தும் முகமாகக் கவிதைகள் புனைந்துள்ளார். பெண்களின் விழிப்புணர்வு அவர்களது முன்னேற்றம் ஆகியவற்றைச் சமுதாயச் சிந்தனைகளாகக் கொண்டு புதுக் கவிதைகள் படைத்துள்ளார்.

பெருமூச்சு வெப்பத்தில்
மூக்குத்தித் தங்கமும்
இலங்குதே
சீதை சிந்திக்கிறாள்
இந்த வரதட்சணைவில்லை
வளைப்பது யார்?
ராமர்களுக்கு இந்து
ரத்தம் இல்லை

இனி நாமே படிப்பது நியாயம்.
இன்னொரு தேசிய கீதம் பாடல்
பூவாக இருந்தவள் புயலாக மாறும்

என உரிமைப் போராட்டம் விளக்கப்படுகிறது.

அலுவல் மகளிர் சிக்கல் :

வீட்டில் சமையல் பணி, குடும்ப உறுப்பினர் தேவைகளைக் கவனிக்கும் பணி, பின் தூங்கி முன் எழுந்தால் தான் இப்பணிகள் நிறைவேறும். வீட்டு வேலை முடித்த பின் அலுவலகம் சென்று திரும்ப வேண்டும். இரட்டைச் சுமை பணிபுரியும் மகளிருக்குச் சிக்கலாக உள்ளது. பெற்றெடுத்த குழந்தைக்கு கிட்ட இருந்து பால் கொடுக்க நேரமில்லை.

“ஆயத்தமாகும் அவசரத்தில்
ஊட்ட நினைத்த பால் கூட
குறைந்து விடுகிறது.”

என அந்தத் தாயின் நிலையைக் கவிஞர் கூறுகிறார்.

குழந்தையைக் கொஞ்சவும் நேரமில்லை
விடுமுறை நாளான ஞாயிற்றுக்கிழமை மட்டுமே
குழந்தையைத் தாய் பராமரிக்க இயலும்.

இதனைக் கவிஞர்

“அன்புக்கு நேரமில்லை
ஆதலால் காட்ட வேண்டிய பாசத்தை அவள்
ஞாயிற்றுக்கிழமைக்கு தள்ளிப் போடுகிறாள்”.

என குறிப்பிடுகிறார். இவ்வாறு அலுவல் மகளிரின் அவல நிலையைக் கவிஞர் தம்முடைய கவிதையில் புலப்படுத்துகின்றார்.

முடிவுரை :

இவ்வாறு கவிஞர் வைரமுத்து தம்முடைய புதுக் கவிதைகள் வாயிலாக காதல், பெண்ணியம், அலுவல் மகளிரின் நிலை ஆகியன குறித்து தம்முடைய கவிதைகளில் நன்கு எடுத்துக் காட்டியுள்ளார்.

இலக்கிய கதம்பமாலை

முனைவர் **M. இசக்கியப்பன்,**
M.A., M.Phil., Ph.D.

சங்கர் பதிப்பகம்
15 / 21, டீச்சர்ஸ் கில்டு காலனி, 2-வது தெரு,
இராஜாஜி நகர் விரிவு,
வில்லிவாக்கம், சென்னை - 600 049.
தொலைபேசி: 044-26502086, 9444191256
email: shankar_pathippagam@yahoo.com
wef: www shankarpathippagam.in & www bookthagam.com

18

19

20

21

கவிமணியின் வாழ்க்கைக் குறிப்புகள்

இயற்பெயர் : தேசிக விநாயகம்

பெற்றோர்: சிவதாணு (தந்தை) ஆதிலட்சுமி (தாய்)

பிறந்த நாள் : 27, ஆகஸ்டு, 1876

பிறந்த மண் : கன்னியாகுமரி மாவட்டம், நாஞ்சில் நாடு, சுசீந்திரம் அணித்தே தேரூர்.

பயின்ற மொழிகள் : தமிழ், மலையாளம், ஆங்கிலம்

தந்தை மறைவு : 1886

கல்வி பயின்ற இடங்கள் : தேரூர், கோட்டாறு

கல்வித் தகுதி : F.A.

தமிழ்க் கல்வி : தேரூர் – வாணன் திட்டு, திரு ஆவடுதுறை, ஆதீன மடம், சாந்தலிங்கத் தம்பிரான்

இளமை : நினைவாற்றல், கவி புனை திறன் மிகுதி

முதல் நூல் : தேரூர் – அழகம்மை மீது விருத்தம்

ஏற்ற பணி : ஆசிரியத் தொழில்

திருமணம்: நாகர்கோவில் – புத்தேரி சார்ந்த உமையம்மையார்

வளர்ப்பு மகன் : (மழலைச் செல்வம் இன்மையால்) மனைவியின் தமையனார் மகன் குமாரசாமி

ஈடுபாடு : தமிழ்க் கவிதை, கல்வெட்டாராய்ச்சி சமூகச் சீர்திருத்தம், நூற்பதிப்பு, பெண் விடுதலை.

பணிபுரிந்த இடங்கள் : கோட்டாறு, திருவனந்தபுரம் பெண்கள் ஆசிரியப் பயிற்சிப் பள்ளி

வாழ்ந்த இடம் : புத்தன் சந்தை (திருவனந்தபுரம்)

நண்பர்கள் : பேராசிரியர் வையாபுரிப்

பிள்ளை பண்டித முத்துசாமி ரசிகமணி டி.கே.சி. நாமக்கல் கவிஞர் ஆத்தங்குடி சுப்பையா செட்டியார் சுத்தானந்த பாரதி ராஜாஜி மு. சண்முகம் பிள்ளை

நூற்பதிப்புப் பணி: (பேராசிரியர்க்குப் பதிப்புப் பணியில் உதவி)

நூல்கள் : நாஞ்சில் நாட்டு மருமக்கள் வழி மான்மியம்

ஆசிய ஜோதி, குழந்தைச் செல்வம் கீர்த்தனைகள், உரைமணிகள் மலரும் மாலையும்

இவர் கவிதைகளை வெளியிட்ட இதழ்கள் தமிழன், ஆனந்த விகடன், கல்கி, கலைமகள்.

கவிமணி பட்டம் : 24, டிசம்பர் 1940.

பச்சையப்பன் கல்லூரி (சென்னை)
தமிழ்வேள் உமாமகேஸ்வரம்பிள்ளை
அவர்கள் 'கவிமணி'ப் பட்டம் வழங்கினார்.

சிறப்புகள் : பாராட்டு விழா 1943ல் ஆத்தங்குடியில் அண்ணாமலை அரசர் பொன்னாடை போர்த்திக் கௌரவித்தார். விருந்தளித்தார் பெரும் பொருள் வழங்க முன் வந்தார். கவிஞர் அதனை ஏலாது மறுத்து விட்டார்.

நினைவுச் சின்னம் : தேரூர் கவிமணி தேசிக விநாயகம் பிள்ளை நினைவு நிலையம் அமைத்தனர். (1952)

மறைவு : 26, செப்டம்பர் 1954.

www.ingramcontent.com/pod-product-compliance
Lightning Source LLC
LaVergne TN
LVHW100548051026
849519LV00003B/876
* 9 7 8 9 3 8 7 6 5 5 3 1 7 *